நிலவழி

எஸ்.ராமகிருஷ்ணன்

தேசாந்திரி பதிப்பகம்

தேசாந்திரி பதிப்பக வெளியீடு: 64

நிலவழி (கட்டுரைகள்)
எஸ்.ராமகிருஷ்ணன்

இரண்டாம் பதிப்பு: ஆகஸ்டு 2023

தேசாந்திரி பதிப்பகம்,
டி-1, கங்கை அப்பார்ட்மெண்ட்,
110, 80 அடி ரோடு, சத்யா கார்டன்,
சாலிகிராமம், சென்னை 600 093.
தொலைபேசி: 044 23644947.
விலை: ரூ.100

Nilavazhi- (Essays)
S.Ramakrishnan ©

Second Edition: August 2023, Pages: 104
Size: Demy 1x8, Paper: 18.6 kg maplitho

Published by :
Desanthiri Pathippagam
D-1, Gangai Apartments,
110, 80-Feet Road, Satya Garden, Saligramam,
Chennai - 600 093, Ph: 044 2364 4947
Email : desanthiripathippagam@gmail.com
www.desanthiri.com

ISBN: "978-93-87484-44-3"
Wrapper Design: Manikandan
Book Design: R.Prakash
Printed by: Ramani Print Solution, Chennai.

Price: Rs. 100

எஸ். ராமகிருஷ்ணன்

எஸ். ராமகிருஷ்ணன், விருதுநகர் மாவட்டம் மல்லாங்கிணறு கிராமத்தில் 1966இல் பிறந்தார். முழுநேர எழுத்தாளரான இவர் தற்போது சென்னையில் வசிக்கிறார்.

சிறுகதைத் தொகுப்புகள்: வெளியில் ஒருவன் சிறுகதை தொகுப்பு, காட்டின் உருவம் சிறுகதை தொகுப்பு, தாவரங்களின், உரையாடல் சிறுகதை தொகுப்பு, வெயிலை கொண்டு வாருங்கள் சிறுகதை தொகுப்பு, பால்யநதி சிறுகதை தொகுப்பு, நடந்து செல்லும் நீருற்று சிறுகதை தொகுப்பு, பெயரில்லாத ஊரின் பகல்வேளை சிறுகதை தொகுப்பு, பதினெட்டாம் நூற்றாண்டின் மழை சிறுகதை தொகுப்பு, நகுலன் வீட்டில் யாருமில்லை சிறுகதை தொகுப்பு, அப்போதும் கடல் பார்த்து கொண்டிருந்தது சிறுகதை தொகுப்பு, புத்தனாவது சுலபம் சிறுகதை தொகுப்பு, மழைமான் சிறுகதை தொகுப்பு, காந்தியோடு பேசுவேன், எஸ்.ராமகிருஷ்ணன் கதைகள் (தொகுதி—1) எஸ்.ராமகிருஷ்ணன் கதைகள். (தொகுதி—2) ஸ்.ராமகிருஷ்ணன் கதைகள். (தொகுதி—3) குதிரைகள் பேச மறுக்கின்றன, நீரிலும் நடக்கலாம், என்ன சொல்கிறாய் சுடரே, சைக்கிள் கமலத்தின் தங்கை, தனிமையின் வீட்டிற்கு நூறு ஜன்னல்கள், சிவப்பு மச்சம்.

நாவல்: உப பாண்டவம் நாவல், நெடுங்குருதி நாவல், உறுபசி நாவல், யாமம் நாவல், துயில் நாவல், நிமித்தம் நாவல், சஞ்சாரம், இடக்கை, பதின்.

சினிமா: உலக சினிமா, இருள் இனிது ஒளி இனிது, அயல் சினிமா, பதேர் பாஞ்சாலி, சாப்ளினோடு பேசுங்கள், பேசத்தெரிந்த நிழல்கள், பறவைக்கோணம், சாமுராய்கள் காத்திருக்கிறார்கள், நான்காவது சினிமா, குற்றத்தின் கண்கள், காட்சிகளுக்கு அப்பால், பெயரற்ற நட்சத்திரங்கள்.

கட்டுரைத் தொகுப்புகள்: துணையெழுத்து, கதாவிலாசம், தேசாந்திரி, கேள்விக்குறி, சிறிது வெளிச்சம், இந்தியவானம், உணவு யுத்தம், ஆதலினால், இலைகளை வியக்கும் மரம், மலைகள் சப்தமிடுவதில்லை, காற்றில் யாரோ நடக்கிறார்கள், வாசக பர்வம், குறத்தி முடுக்கின் கனவுகள், காண் என்றது இயற்கை, ரயிலேறிய கிராமம், இலக்கற்ற பயணி, இன்றில்லை எனினும், வீடில்லா புத்தகங்கள், செகாவ் வாழ்கிறார்,

புல்லினும் சிறியது, ஹிரோஷிமாவில் மணிகள் ஒலிக்கின்றன, நிலம் கேட்டது கடல் சொன்னது, கடவுளின் நாக்கு, நிலவழி, உலகை வாசிப்போம், எழுத்தே வாழ்க்கை, உலக இலக்கியப் பேருரைகள், ரயில் நிலையங்களின் தோழமை, கதைகள் செல்லும் பாதை, என்றார் போர்ஹே, நம் காலத்து நாவல்கள், அதேஇரவு அதே வரிகள், விழித்திருப்பவனின் இரவு, செகாவின் மீது பனி பெய்கிறது, கலிலியோ மண்டியிடவில்லை, எனதருமை டால்ஸ்டாய், வாக்கியங்களின் சாலை, காப்கா எழுதாத கடிதம், கூழாங்கற்கள் பாடுகின்றன, சித்திரங்களின் விசித்திரங்கள், பிகாசோவின் கோடுகள், ஆயிரம் வண்ணங்கள்.

நேர்காணல்கள்: *எப்போதுமிருக்கும் கதை, பேசிக்கடந்த தூரம், எஸ்.ராமகிருஷ்ணன் நேர்காணல்கள்.*

குழந்தைகள் நூல்கள்: *ஏழு தலை நகரம், கிறுகிறுவானம், கால்முளைத்த கதைகள், நீளநாக்கு, பம்பழாபம், எழுதத்தெரிந்த புலி, காசுக்கள்ளன், தலையில்லாத பையன், எனக்கு ஏன் கனவு வருது, லாலி பாலே, அக்கடா, சிரிக்கும் வகுப்பறை, படிக்க தெரிந்த சிங்கம், மீசையில்லாத ஆப்பிள், வெள்ளை ராணி, அண்டசராசரம், சாக்ரடீஸின் சிவப்பு நூலகம், கற்பனைக்குதிரை, பூனையின் மனைவி, இறக்கை விரிக்கும் மரம், உலகின் மிகச்சிறிய தவளை, எலியின் பாஸ்வேர்டு, விலங்குகள் பொய்சொல்வதில்லை, பறந்து திரியும் ஆடு.*

நாடகத் தொகுப்பு: *அரவான், சிந்துபாத்தின் மனைவி, சூரியனைச் சுற்றும் பூமி.*

தொகை நூல்: *என்றும் சுஜாதா, நூறு சிறந்த சிறுகதைகள், அதே இரவு அதே வரிகள் (அட்சரம் இதழ்களின் தொகுப்பு), வானெங்கும் பறவைகள்.*

வரலாறு: கோடுகள் இல்லாத வரைபடம், எனது இந்தியா, *மறைக்கபட்ட இந்தியா.*

ஏழு உரைகள்: *டால்ஸ்டாய், தஸ்தாயெவ்ஸ்கி, பாஷோ, ஷேக்ஸ்பியர், ஹெமிங்வே, ஹோமர், ஆயிரத்து ஒரு அராபிய இரவுகள்.*

மொழிபெயர்ப்புகள்: நம்பிக்கையின் பரிமாணங்கள், ஆலீஸின் *அற்புத உலகம், பயணப்படாத பாதைகள்.*

ஆங்கிலத்தில் வெளிவந்துள்ள நூல்கள்: Nothing but water, Whirling swirling sky.

இணையதளம்: www.sramakrishnan.com.

மின்னஞ்சல்: writerramki@gmail.com.

முன்னுரை

உலகின் முதல் நாவல் ஜப்பானிய மொழியில் எழுதப்பட்ட கெஞ்சி கதையாகும். இதை எழுதியவர் முரசாகி சீமாட்டி., இவரே உலகின் முதல் நாவலாசிரியர். 11ம் நூற்றாண்டில் இந்த நாவல் எழுதப்பட்டது., அரசவை பெண்ணாக இருந்த முரசாகி இந்நாவலின் முதல் 33 அத்தியாயங்களை எழுதினார் என்றும் மற்றவை அவரது மகள் டைனியால் எழுதப்பட்டது என்றும் சில விமர்சகர்கள் கூறுகிறார்கள்.

இந்தியாவின் முதல் நாவல் பங்கிம் சந்திரர் எழுதிய துர்கேசநந்தினி. ஆங்கிலம் படித்த வங்காளிகள் தான் நாவல் என்ற கலை வடிவத்தை இந்தியாவில் அறிமுகம் செய்தவர்கள். பெரும்பான்மை ஆரம்பக் கால நாவல்கள் தழுவல்களாக அமைந்தன.

அமெரிக்க இலக்கியங்களும் ரஷ்ய இலக்கியங்களும் அறிமுகமான அளவிற்குச் சமகால இந்திய இலக்கியம் தமிழுக்கு அறிமுகமாகவில்லை. தமிழிலிருந்தும் இந்தியாவின் பிறமொழிகளுக்கு நவீன இலக்கியம் மொழியாக்கம் செய்யப்படவில்லை. இந்த இடைவெளி மிகப்பெரியதாக உள்ளது. இதைச் சமன்செய்யும் முயற்சியிலே நிலவெளி கட்டுரைகள் அமைந்துள்ளன. சமகால இந்திய இலக்கியத்தின் தனிப்பெரும் ஆளுமைகளையும் அவர்களது படைப்புகளின் முக்கியத்துவத்தையுமே இந்தக் கட்டுரைகள் பேசுகின்றன.

இந்தக் கட்டுரைத் தொகுப்பின் புதிய பதிப்பை வெளியிடும் தேசாந்திரி பதிப்பகத்திற்கும் எனது கதைகளின் முதல்வாசகராகயிருந்து எப்போதும் என்னை ஊக்கபடுத்தும் கவிஞர் தேவதச்சனுக்கும், அன்பு தோழர் எஸ்.ஏ.பெருமாளுக்கும், வசந்தா அக்காவிற்கும் என்னையும் எழுத்தையும் அரவணைத்துச் செல்லும் மனைவி சந்திரபிரபாவிற்கும் குழந்தைகள் ஹரி மற்றும் ஆகாஷிற்கும் மனம் நிறைந்த நன்றி.

சென்னை   மிக்க அன்புடன்
16.03.2019   **எஸ். ராமகிருஷ்ணன்**

பொருளடக்கம்

1. காமரூபத்தில் உலவும் நிழல்கள் — 07
2. சொற்களால் நெய்யப்பட்ட மாயக்கம்பளம் — 22
3. மகாராணியின் பேனா — 34
4. காந்தியைப் பின்தொடர்பவர்கள் — 44
5. பெயர்கள் கூட சொந்தமில்லை — 53
6. காட்டின் மீது பயமில்லை — 65
7. பாதி உடல் கொண்ட பெண் — 74
8. நவீன கன்னடக் கதைகளும் திவாகர் காட்டும் சென்னையும் — 81
9. கோல் கீப்பரின் எல்லை — 90
10. பாணிக்ராஹியின் மண் உருவங்கள் — 98

காமரூபத்தில் உலவும் நிழல்கள்

எனது கல்லூரி நாட்களில் நீலகண்ட பறவையைத் தேடி, அக்னிந்தி, ஆரோக்கிய நிகேதனம், செம்மீன், பன்கர் வாடி, கங்கைப் பருந்தின் சிறகுகள், கினுகோனார் சந்து, சோரட் உனது பெருகும் வெள்ளம், பொலிவு இழந்த போர்வை, கவி, காகிதமாளிகை, இலட்சிய ஹிந்து ஹோட்டல், அழிந்த பிறகு, பொம்மலாட்டம், சிக்கவீர ராஜேந்திரன் போன்ற சிறந்த இந்திய நாவல்களை வாசித்திருக்கிறேன். அந்த நாவல்கள் தந்த மனவெழுச்சி மறக்கமுடியாதது. இன்று அவற்றை மறுவாசிப்பு செய்யும்போது அதன் வசீகரம் குறையாமலேயிருக்கிறது.

1980களுக்குப்பிறகு தமிழில், இந்திய இலக்கியத்தில் மலையாளம், கன்னடம் தவிர வேறு மொழி படைப்புகள் அதிகம் அறிமுகமாகவில்லை. சர்வதேச இலக்கியம் தமிழுக்கு அறிமுகமானதில் கால்வாசி கூட இந்திய இலக்கியம் அறிமுகமாகவில்லை.

ஆங்கிலத்தின் வழியே சர்வதேச இலக்கியம் எளிதாக நமக்கு அறிமுகமாகியது. ஆனால் நவீன இந்திய இலக்கியத்தை நேரடியாக மொழியாக்கம் செய்து தருவதற்குக் குறைவான முயற்சிகளே நடந்தேறின. இதற்கு முக்கிய காரணம், சிறந்த

மொழிபெயர்ப்பாளர் கிடைக்காமல் போனதே.

கடந்த ஐந்து ஆண்டுகளில் நவீன இந்திய இலக்கியத்தின் முக்கிய நாவல்கள், சிறுகதைத் தொகுப்புகள், கவிதைகள் ஆங்கிலத்தில் வாசிக்க கிடைக்கின்றன. பென்குவின், ஓரியண்ட் பேப்பர் பேக்ஸ், ரூபா மற்றும் நேஷனல் புக் டிரஸ்ட், சாகித்ய அகாதமி போன்ற பதிப்பகங்கள் சிறந்த இந்திய நாவல்களைத் தொடர்ந்து வெளியிட்டு வருகின்றன. அதில் கணிசமானவற்றை வாசித்திருக்கிறேன்.

சீன, ஜப்பானிய, அரபு இலக்கியங்களையும் லத்தீன்— அமெரிக்க இலக்கியத்தையும் போஸ்ட்மார்டன் படைப்புகளையும் தமிழில் மொழியாக்கம் செய்து கொண்டாடும் தமிழ் சூழலின் முரண் இந்தியாவின் பிற மாநிலங்களில் என்ன எழுதுகிறார்கள்? யார் முக்கிய எழுத்தாளர்கள்? இலக்கியப் போக்கு எப்படியிருக்கிறது? என அறிந்து கொள்ளாமல் இருப்பதாகும்.

நவீன இந்திய இலக்கிய வரிசையில் வெளியான சில முக்கிய நாவல்கள் குறித்த அறிமுகத்தையும் சமகால இந்திய இலக்கியத்தின் போக்கினையும் கவனப்படுத்துவதே இந்தப் பத்தியின் நோக்கம்.

வடகிழக்கு மாநிலங்களில் என்ன நடக்கிறது என அதன் அரசியல் சமூகப்பிரச்சினைகள் பற்றி தென்மாநிலங்கள் அதிகம் கண்டுகொள்வதில்லை. அதே நிலைதான் இலக்கியத்திற்கும். அசாமில் நடைபெற்ற இந்திய இலக்கிய கருத்தரங்கம் ஒன்றில் கலந்து கொள்ளச் சென்றிருந்த போது அவர்களுக்கு அறிமுகமான தமிழ் எழுத்தாளர் வள்ளுவரும் கம்பரும் மட்டுமே என அறிந்தபோது அதிர்ச்சியாக இருந்தது. நாமும் அஸ்ஸாமிய இலக்கியம் பற்றி மிகக் குறைவாகத்தான் அறிந்து வைத்திருக்கிறோம்.

ஞானபீடப் பரிசு பெற்ற அஸ்ஸாமிய எழுத்தாளர் இந்திரா கோஸ்வாமி. இவரது தென்காமரூபத்தின் கதை என்ற நாவல் 2001இல் வெளியாகியுள்ளது. சாகித்ய அகாதமி இதனை வெளியிட்டுள்ளது. இந்நாவலை 1991இல் 'The Saga of South Kamaroop' என்ற பெயரில் சாகித்ய அகாதமி ஆங்கிலத்தில் வெளியிட்டுள்ளது. அதன் தமிழ் மொழியாக்கமே தென்காமரூபத்தின் கதை.

தென்காமரூபத்தின் கதையைத் தமிழில் மொழிபெயர்ப்பு

செய்துள்ளவர் அ. மாரியப்பன். இவர் தில்லி பல்கலைக்கழகத்தில் தமிழ்ப் பேராசிரியராகப் பணியாற்றிவருகிறார்.

அஸ்ஸாமியர்களால் தங்களின் அன்புக்குரிய பாய்தேவ் (மூத்த சகோதரி) என்று அழைக்கப்பட்டவர் இந்திரா கோஸ்வாமி என்ற மாமோனி ராய்சோம் கோஸ்வாமி.

இவர் இரவீந்திர பாரதி பல்கலைக்கழகத்தில் டாக்டர் பட்டம் பெற்றவர். அஸ்ஸாம் ரத்னா, சாகித்ய அகாதமி விருது உள்ளிட்ட பல்வேறு முக்கிய விருதுகளைப் பெற்றிருக்கிறார். மத்திய அரசு பத்மஸ்ரீ பட்டம் அளிக்க முன்வந்தபோது தனக்குக் காலதாமதமாக அளிக்கப்படும் அந்த விருதை ஏற்கமுடியாது என மறுத்துவிட்டார். தடை செய்யப்பட்ட உல்ஃபா எனப்படும் அசாம் ஐக்கிய விடுதலை முன்னணிக்கும் மத்திய அரசிற்கும் இடையில் அமைதித்தூதுவராகப் பணியாற்றியிருக்கிறார். இவரது முயற்சிகளால் மக்கள் அமைதிக்குழு உருவாக்கப்பட்டது.

காமரூபம் அசாமின் இயற்கை வளமிக்க மாவட்டமாகும். அமரங்கா என்ற சிற்றூரில் பிராமணக் குடும்பம் ஒன்றில் பிறந்தவர் இந்திரா. ஏக்சரண தர்மம் எனும் பெயரில் தீவிர வைணவத்தைப் போதிக்கும் சத்திராக்கள் அஸ்ஸாம் முழுவதும் பரவலாக காணப்படுகின்றன. அதில் அதிகார்களாக இருந்தது இந்திராவின் குடும்பம்.

இந்திரா ஷில்லாங்கின் பைன் மவுண்ட் பள்ளியில் தன்னுடைய பள்ளிக்கல்வியையும், கௌஹாத்தி காட்டன் கல்லூரியில் அஸ்ஸாம் இலக்கியத்தில் இளங்கலை மற்றும் முதுகலை பட்டமும் பெற்றார். கல்லூரி காலத்திலேயே, இவரது முதல் சிறுகதைத் தொகுப்பு வெளிவந்தது. தில்லி பல்கலைக்கழகத்தில் அஸ்ஸாம் மொழி விரிவுரையாளராகப் பணியில் சேர்ந்த இந்திரா பின்பு அதன் துறைத் தலைவராக செயல்பட்டார்.

1962இல் பாலம் கட்டும் வேலைக்காக அஸ்ஸாம் வந்திருந்த, மைசூரைச் சேர்ந்த மாதவன் ராயசோம் ஐயங்கார் என்ற இன்ஜினீயரைக் காதல் திருமணம் செய்து கொண்டார். பின்பு கணவருடன் வேலை நிமித்தம் காஷ்மீருக்கு இடம்பெயர்ந்தார் இந்திரா. காஷ்மீரில் சாலை விபத்து ஒன்றில் கணவர் இறந்து

போனார். இது அவரது வாழ்வின் மறக்க முடியாத சோகம். விதவை வாழ்க்கை அவரை முடக்கிப்போட்டது. அதிலிருந்து மெல்ல மீண்டெழுந்து எழுத்தில் அதிக கவனம் செலுத்த ஆரம்பித்தார். அப்படி உருவானதே அவரது முக்கிய இலக்கியப் படைப்புகள்

இவரது சுயசரிதை An unfinished Autobiography என்ற பெயரில் வெளியாகியுள்ளது. இதில் ஒளிவு மறைவின்றி தனது இளமைப்பருவத்தை, காதலை, காமத்தை, தனது கணவரின் மறைவிற்குப் பிறகு விதவையாக வாழ்ந்த நாட்களின் வேதனைகளை வெளிப்படுத்தியிருக்கிறார். இதற்காக இந்திரா கடுமையாக விமர்சிக்கப்பட்டார். கமலாதாஸின் என் கதையை போலவே இந்த சுயசரிதையும் மிகுந்த சர்ச்சைக்கு உள்ளானது.

திருமணத்திற்கு முன்பு தனக்கு ஏற்பட்ட பாலியல் உந்துதல்களையும் அதற்காகத் தான் வீட்டில் தண்டிக்கப் பட்டதையும் தம் வீட்டிற்கு அருகிலிருந்த கிரினோலின் அருவியில் பாய்ந்து தற்கொலைக்கு முயன்று காப்பாற்றப்பட்டதையும், திருமணத்திற்குப் பிறகு மேஜர் சந்து என்பவருடன் தனக்கு ஏற்பட்ட காதல் நெருக்கத்தைப் பற்றியும் வெளிப்படையாகப் பதிவு செய்திருக்கிறார் இந்திரா கோஸ்வாமி.

விதவையாக இருந்த நாட்களில் உறக்கமில்லாமல் போகவே தான் அதிகம் தூக்க மாத்திரைகளை உட்கொண்டதையும், பல்வேறு சாமியார்களைத் தேடிப்போய் மன நிம்மதி தேடியதையும், சக அலுவலர்கள், நண்பர்கள் சிலர் தன்னைக் காதலித்த விஷயத்தையும் அதில் சிலருடன் தான் படுக்கையைப் பகிர்ந்து கொண்டதையும் பகிரங்கமாக எழுதி தனது மனக்கொந்தளிப்புகளை நேர்மையாக ஆவணப்படுத்தியிருக்கிறார் இந்திரா கோஸ்வாமி.

ஆணாதிக்கம் மற்றும் மதக்கட்டுப்பாடுகள், கலாச்சாரக் கண்காணிப்புகள், தடைகள் பெண்களை எப்படி ஒடுக்கி வைத்திருந்தன என்பதைப் பற்றியே அவரது எழுத்து அதிகம் கவனம் கொண்டிருக்கிறது.

பதிமூன்று நாவல்களையும் ஏழு சிறுகதை தொகுப்புகளையும் ஒரு சுயசரிதை நூலையும் ஒரு கவிதை தொகுப்பையும் வெளியிட்டிருக்கிறார்.

மத்தியப் பிரதேசத்தின் கட்டடத் தொழிலாளர்

பிரச்சினைகளை மையமாக வைத்து இவர் எழுதிய The Rusted Sword என்ற நாவலுக்காக 1983ஆம் ஆண்டு சாகித்ய அகாதமி விருது வழங்கப்பட்டது.

உத்தரப் பிரதேச மாநிலம் பிருந்தாவனுக்கு முனைவர் பட்ட ஆய்விற்காகச் சென்ற இந்திரா, அங்கு விதவை இல்லங்கள் செயல்படும் முறை பற்றியும் வறுமை மற்றும் பாலியல் சுரண்டல்கள் குறித்தும் விரிவாக ஆராய்ந்து அதனை Blue Necked Braja என்ற நாவலாக எழுதினார். இந்நாவல் கிருஷ்ணன் புகழப்படும் பிருந்தாவனத்தின் கொடூரமான மறுமுகத்தை வெளிப்படுத்தியது. இதன் காரணமாகக் கடுமையான சர்ச்சைகள் உருவாகின.

டெல்லியில் நடைபெற்ற சீக்கிய கலவரத்தை முன்வைத்து இவர் எழுதிய Pages Stained With Blood and Dust நாவல் குறிப்பிடத்தக்க ஒன்று

The Man from Chinnamasta நாவல் அசாமிலுள்ள காமாக்யா கோவிலில் மிருகங்களைப் பலியிடும் ஆயிரம் ஆண்டு பழக்கத்தைக் கடுமையாக விமர்சிக்கிறது. இந்நாவல் தொடராக வெளிவந்த போது, இந்திரா கோஸ்வாமி கடுமையான மிரட்டல்களை சந்தித்தார். அவர் அஸ்ஸாமிற்குள் நுழைய அனுமதிக்கமாட்டோம் என தாந்த்ரீகர்கள் எச்சரிக்கை செய்தார்கள்.

இந்தி மொழியின் துளசி ராமாயணத்தையும், அஸ்ஸாம் மொழியின் மாதவ ராமாயணத்தையும் ஒப்பிட்டு, "இராமாயணம் — கங்கையிலிருந்து பிரம்மபுத்திராவுக்கு" எனும் ஆய்வு நூலை எழுதியிருக்கிறார். இது சர்வதேச அளவில் கவனம் பெற்ற ஆய்வாகும்.

'வாரிசு' என்ற அவரது சிறுகதையில் வறுமையில் வாடும் பிராமணப் பெண் ஒருத்தி தனது கணவனின் வற்புறுத்தலால் வசதியான ஒருவனுக்குப் பிள்ளை இல்லை என்பதால் அவனுடன் கூடி கர்ப்பமாகி பிள்ளை பெற்றுத்தர சம்மதிக்கிறாள்.

ஆனால் கர்ப்பம் வளரும் நாளில் அவன் தாழ்த்தப்பட்ட சாதியைச் சேர்ந்தவன் என்பதை அறிந்து கர்ப்பத்தைக் கலைத்து விடுகிறான். ரத்தமும் சதையுமான அந்தப்

பிண்டத்தை அந்த மனிதன் புலம்பியபடியே புதைப்பதோடு கதை முடிகிறது. சாதியக் கொடுமை எவ்வளவு அழுத்தமாகப் புரையோடிப்போயிருக்கிறது என்பதை இக்கதை வெளிப்படுத்துகிறது.

இதுபோலவே 'வெற்றுடல்' என்ற சிறுகதையில் சுடுகாட்டிற்குக் கொண்டுவரப்பட்ட பிணம் ஒன்றைக் காணும் வெட்டியானின் மகள் இத்தனை காலம் தன் காதலை மறைத்துக் கொண்டு வாழ்ந்து விட்டதை உணர்ந்து இப்போது தன் காதலன் இறந்துவிட்டான், இது அவனது பிணம். இனி தைரியமாக அந்த உடலைத் தான் தீண்டலாம். யாரும் தன்னைத் தண்டிக்கமாட்டார்கள் எனக் கட்டித் தழுவுகிறாள்.

பெண்கள் உடலை பாவப்பொருளாகக் கருத வேண்டும் என்றே மதக்கட்டுபாடுகள் கூறுகின்றன. ஆனால் பெண் உடல் என்பது ஆசைகளும் கனவுகளும் காமமும் உழைப்பும் கொண்டது. பெண் வீட்டுவேலைகள் செய்யும் இயந்திரமில்லை. அவள் உயிருள்ள மனுஷி. தனது ஆசைகளை அவள் வெளிப்படுத்த எது தடையாக இருந்தாலும் கடந்து போய் அதை அடைவாள் என்று இந்திரா தனது கட்டுரை ஒன்றில் குறிப்பிடுகிறார். அதைத்தான் அவரது எழுத்தும் முன்னிறுத்துகிறது

*

அஸ்ஸாம் ஏழு சகோதரி மாநிலங்களில் ஒன்றாகும். இந்தியாவின் புகழ்பெற்ற ஒற்றைக் கொம்பு காண்டா மிருகங்களுக்காகவும் முயுகா என்றழைக்கப்படும் அஸ்ஸாமிய தங்கப் பட்டுக்காகவும் சிறப்பாக அறியப்படுகிறது, அஸ்ஸாம் இடைக்கால காலத்தில், கொக் மற்றும் அஹோம் ஆகிய இரண்டு வம்சங்களால் ஆளப்பட்டது.

முகலாயர்கள் அஸ்ஸாமின் மீது பதினேழு முறை படையெடுத்திருக்கிறார்கள். 1826இல் அஸ்ஸாம் கிழக்கு இந்திய கம்பெனி வசம் வந்தது. பிரம்மபுத்திரா நதி அருணாசல பிரதேசத்திலிருந்து அஸ்ஸாமிற்குள் நுழைந்து பரந்ததாகி பல கிளை நதிகளை உருவாக்குகிறது.

ஸ்ரீ ஸ்ரீ சங்கர் தேவின் வைணவ இயக்கம் அஸ்ஸாமின் கலை இலக்கியம் வளர பெரிதும் உதவியது. ஸ்ரீ ஸ்ரீ சங்கர் தேவ்

சிறந்த கவிஞர், நாடக ஆசிரியர், சிற்பி, ஓவியர். அவர் வைணவ தத்துவங்களையும் இலக்கியங்களையும் பிற மொழிகளில் இருந்து அஸ்ஸாம் மொழியில் மொழி பெயர்த்துள்ளார். இவர் இயற்றிய கீர்த்தன கோஷா என்பதுதான் முதல் இசை இலக்கியமாகும்.

அஸ்ஸாமிய இலக்கியம் எட்டாம் நூற்றாண்டு முதல் பனிரெண்டாம் நூற்றாண்டுவரை பௌத்தப் பாடல்களையும் கதைகளையும் முதன்மைப்படுத்தியதாக இருந்தது. பின்பே வைஷ்ணவத்தின் எழுச்சி உருவாகத் துவங்கியது. பதினாலாம் நூற்றாண்டில் கோதராமாயணம் என்ற பெயரில் அஸ்ஸாம் மொழியில் ராமாயணம் எழுதப்பட்டது. அஹோம் மன்னர்கள் வரலாற்றைப் பாதுகாப்பதில் ஆர்வம் கொண்டவர்கள் என்பதால் அஸ்ஸாம் மொழியில் அரசின் செயல்பாடுகள், வரலாற்றுத் தகவல்கள் முறையாகப் பதிவு செய்யப்பட்டன.

கிறிஸ்துவ மிஷனரிகளின் வருகையால்தான் அச்சகங்கள் உருவாக ஆரம்பித்தன. அஸ்ஸாமி மொழியில் பைபிள் 1819ஆம் ஆண்டு வெளியானது. 1867இல் அஸ்ஸாம் ஆங்கில அகராதி உருவாக்கபட்டது. மிஷனரிகளே பத்திரிகைகளையும் உருவாக்கினார்கள். ஆங்கில கல்வி அறிமுகமானது அஸ்ஸாம் வாழ்க்கையில் பெரிய மாற்றத்தை உருவாக்கியது. அமுல்ய பரூவா, நப்காந்த பரூவா, அதுல்சந்திர ஹசாரிகா போன்ற முக்கிய கவிஞர்கள் நவீன அஸ்ஸாமிய இலக்கியத்தில் குறிப்பிடத்தக்கவர்கள்.

அஸ்ஸாமின் வைஷ்ணவ மடங்கள் மிகவும் ஆசாரமானவை. சத்திரா என அந்த மடங்களை அழைக்கிறார்கள். இந்த சத்திராவிற்கு நிறைய நிலங்கள் அஹோம் மன்னர்களால் தானமாக அளிக்கப்பட்டிருந்தன. அதை சத்திராதிகார்கள் நிர்வகித்து வந்தார்கள். அப்படி ஒரு அதிகார் குடும்பத்தின் கதையைத்தான் இந்நாவல் விவரிக்கிறது.

அதிகார் அல்லது கொஸைன் சத்திராவின் தலைவர். இவர் சமயத்தலைவராக மட்டுமின்றி சமூக அதிகாரமும் கொண்டவர். ஏராளமான நிலங்களுக்கு உரிமையாளர். இவரைக் கடவுளைப் போலவே திருத்தொண்டர்கள் கருதினார்கள்.

பிரிட்டிஷ் ஆட்சியாளர்கள் கொடை நிலங்கள் மீதான சட்டங்களில் செய்த மாற்றமும் சுதந்திரத்தின் பின்பு உருவான

நிலச்சீர்த்திருத்த சட்டமும் சத்திராவின் வீழ்ச்சிக்கு முக்கிய காரணங்களாக அமைந்தன.

ஒரு காலத்தில் மிகவும் செல்வச் செழிப்போடு வாழ்ந்து மெல்ல வீழ்ச்சியடைந்த கொஸைன்களின் கடைசிக்காலத்தைச் சுற்றியே நாவல் சுழல்கிறது. இதனை வாசிக்கும் போது தமிழகத்து ஜமீன்தார்களின் வீழ்ச்சியும் கடைசிக்காலமுமே நினைவிற்கு வந்தன.

கொஸைன்கள் தாழ்த்தப்பட்ட மக்களை அடித்து உதைத்து அவமதித்தார்கள். காலமாற்றத்தில் உழைக்கும் மக்கள் சத்திராவிற்கு எதிராகப் போராடி நிலத்தை தாங்களே உரிமை கொண்டபோது அதற்கு எதிராக கொஸைன்கள் கடுமையான தாக்குதல்களை மேற்கொண்டார்கள். இதன் விளைவாக கம்யூனிச இயக்கம் மக்களிடையே வேகமாகப் பரவி கிராமம்தோறும் கம்யூனிஸ்ட் கட்சியின் கிளைகள் உருவாகின. இந்தச் சூழலைத் தான் நாவல் மையமாக விவரிக்கிறது. நாவலின் முடிவில் இந்திரநாத் கொல்லப்படுவதுடன் நிலச்சீர்திருத்த சட்டம் அமலுக்கு வந்து சத்திராவின் வீழ்ச்சி உறுதி செய்யப்படுகிறது.

இந்த நாவல் சத்திராவின் கதையை மட்டும் கூறவில்லை. கொஸைன்கள் செயல்பட்டார்கள் என்பதை ஒரு தளத்திலும், மத, சாதியக்கட்டுப்பாடுகள் விதவைகளை எவ்வாறு அடக்கி ஒடுக்கின என்பதை இன்னொரு தளத்திலும், அபின் பழக்கம் ஏழை எளிய மக்களை எப்படி போதை அடிமைகளாக்கியது என்பதை இன்னொரு தளத்திலும் விவரிக்கிறது.

நூறு வருஷங்களுக்கு முந்தைய அஸ்ஸாமின் இயற்கை வளமும், கிராமப்புற வாழ்க்கையும் சடங்குகளும், வைஷ்ணவ வழிபாடும், தாழ்த்தப்பட்ட மக்களின் வறுமையும் பால்ய விவாகமும் அழுத்தமாக இந்த நாவலில் பதிவு செய்யப்பட்டுள்ளது. இந்த நாவல் திரைப்படமாகவும் வெளியாகியுள்ளது.

இந்திரா கோஸ்வாமியின் சிறப்பு அவரது கவித்துவமான உரைநடை வண்ணங்களும் வாசனையும் கொண்டது. நுண்மையான விவரிப்பின் மூலம் விதவிதமான உடைகள், உணவு வகைகள், பறவைகள், பழங்கள், பூக்கள், நாட்டார் கதைகள், பாடல்கள், நம்பிக்கைகளை உணர்ச்சிப்பூர்வமாக எழுதியிருக்கிறார். பாட்டி கதை சொல்லுவது போல

கடந்தகால சம்பவங்கள், நம்பிக்கைகள் பலவற்றைக் கதையின் ஊடே சுவாரஸ்யமாக விவரிக்கிறார். குறிப்பாக, ஜெர்மன் சாகிப்பின் வேட்டை, கிரிபாலா உடும்புக்கறி சமைப்பது, பிராமணர்கள் ஆட்டுக்கறிக்காக சண்டையிடுவது, மதம் பிடித்த யானையை இந்திரநாத் சந்திப்பது ஆகியவை மறக்கமுடியாத காட்சிகள்.

மரங்களைச் சுற்றிப்படர்ந்திருந்த வெற்றிலைக் கொடிகள் இலைகளற்று மொட்டையாக இருந்தன. அது உலர்ந்த மனிதக்குடல்கள் கமுகமரங்களைச் சுற்றிப் படர்ந்திருப்பது போல தென்பட்டது *(பக்.26)*.

அவளுடைய இடுப்பில் காணப்பட்ட மடிப்பு மரத்தை நல்ல பாம்பு பின்னியிருக்கும் காட்சியை அவனுக்கு நினைவுபடுத்தியது *(பக்.33)*.

அந்தப் பெண்ணின் நினைவு புதிதாகத் தோண்டிய கிணற்றைச் சுற்றியிருக்கும் ஈரமான நெகிழ்வான மண் போல புதுமலர்ச்சியோடு இருந்தது *(பக்.36)*.

மே மாதம் விதவைப் பெண்கள் அமோதி நோன்பு நோற்கும் காலம். இக்காலத்தில் பூமிப்பெண்ணுக்கு மாதவிடாய் ஏற்படும் என்பது ஐதீகம் *(பக்.38)*.

காற்றில் அபின்வாடையோடு வெற்றிலையை வதக்கும் வாடையும் யானைச்சாணியின் வாடையும் கலந்து வந்தது *(பக்.51)*.

அவள் உடல் தீயில் பாதி வெந்து அழிந்த பிறகும் இளம் மூங்கிலைப் போல மிருதுவாகவும் அழகாகவும் இருந்தன *(பக்.63)*.

சூரியன் ஒரு பெரிய கனிந்த பூசணிப்பழம் போல காட்சியளித்துக் கொண்டிருந்தது *(பக்.275)*.

அஸ்ஸாமின் முக்கியப் பிரச்சினையான அபின் பழக்கம் எப்படி உருவானது, தனது வருமானத்தைப் பெருக்கிக் கொள்ள பிரிட்டிஷ் அரசு அஸ்ஸாம் மக்களை எவ்வாறு ஓபியம் புகைக்கும் அடிமைகளாக மாற்றியது என்பதை நாவலின் ஊடே இந்திரா கோஸ்வாமி விரிவாக விளக்குகிறார்.

முந்தைய காலங்களில் சிதையில் எரிக்கப்படும் பெண்ணிற்கு அபின் கொடுப்பது வழக்கமாக இருந்தது. வலி நீக்கும் மருந்தாகப் பயன்பட்ட அபின் மெல்ல போதைப் பொருளாக

மாறியது. அபினை மருந்துப்பொருளாகப் பயன்படுத்தியதால் மலைப்பகுதிகளில் பாப்பிசெடிகள் அதிகம் வளர்க்கப்பட்டன. பின்பு அபின் போதைப் பொருளாக உருமாறியதும் ரகசியமாக அபின் விற்பனை மையங்கள் உருவாகின. இதை அறிந்த பிரிட்டிஷ் அரசு அபின் விற்பனையை முறைப்படுத்தி லாபம் சம்பாதிக்கத் துவங்கியது.

அபின் விற்கும் உரிமை கோரி விண்ணப்பம் செய்த அத்தனை பேருக்கும் உடனடியாக உரிமம் வழங்கப்பட்டது. இதனால் அபின் புகைக்கும் கொட்டகைகள் நாடு முழுவதும் உருவாகின. நாள் முழுவதும் புகைக்குழலில் அபினை இழுத்தபடியே மயங்கிக்கிடக்கத் துவங்கிய மக்கள் நோயுற்று இளவயதிலே இறந்து போனார்கள். பலர் பைத்தியமாக மாறினார்கள். பெண்களும் இதில் அடக்கம். இதனால் அபின் பழக்கத்திலிருந்து மக்களை மீட்க மறுவாழ்வு மையங்கள் உருவாக்கப்பட்டன. அபின் கடத்துபவர்கள் கைது செய்யப்பட்டார்கள். ஆனால் பிரிட்டிஷ் அரசின் ஆதரவு இருந்த காரணத்தால் அபின் மையங்களைத் தடுக்க முடியவில்லை. பர்மாவிற்கும் மலேயாவிற்கும் அபின் கடத்தப் பட்டது.

இந்த நாவலின் இந்திரநாத் தனது ஊரில் முந்நூற்று ஐம்பது பேர் வசிப்பதாகவும் அதில் இருநூற்று ஐம்பது பேருக்கு அபின் பழக்கம் இருப்பதாகவும் கூறுகிறான். அமரங்கா பகுதியில் வீசும் காற்றில் கூட அபின் நாற்றம் கலந்திருந்தது என்கிறார் இந்திரா.

இந்திரநாத்தின் வழியே கதை சொல்லப்பட்ட போதும் நாவலின் முக்கிய கதாபாத்திரங்களாக இருப்பவர்கள் மூன்று பெண்கள். மூவரும் விதவைகள். இவர்கள் வழியே ஆணாதிக்கம் மற்றும் ஜாதியக்கட்டுபாடுகள், மதச்சடங்குகள் விதவையை எப்படி அடக்கி ஒடுக்கி வதைத்தன என்பதைத் துல்லியமாக விவரித்திருக்கிறார். அவரது சொந்த வாழ்க்கை அனுபவங்களே இதற்கான ஆதாரங்கள்.

அஸ்ஸாமில் பெண்கள் வயதுக்கு வருவதற்கு முன்பாகவே திருமணம் செய்து கொடுத்துவிடும் வழக்கமிருந்தது. ஒருவேளை பெண்கள் வயதுக்கு வந்துவிட்டால் அதைக் குடும்பத்தினர் ரகசியமாக மறைத்து விடுவார்கள். இதனால் பெண்கள் வயதுக்கு வந்து விட்டார்களா எனக் கண்டறிவதற்காகவே அவர்கள் மலம் கழிக்கப் போகும்போது உளவு பார்க்கும் சில பெண்கள் உடன் செல்வார்கள். அவர்கள் எங்காவது

உதிரக்கறை இருக்கிறதா என பரிசோதனை செய்வார்கள். ஒருவேளை உதிரப்போக்கு இருப்பது தெரிந்துவிட்டால் ஊர்முழுவதும் அதைத் தம்பட்டம் அடித்து அந்தக் குடும்பத்தை அவமானப்படுத்திவிடுவார்கள். அதன்பிறகு அந்தப் பெண்ணிற்குத் திருமணமே நடக்காது.

இந்த நாவலில் ஈலிமான் என்ற ஏழைச்சிறுமி பூப்படைந்த விஷயத்தை வெளியே தெரியாமல் மறைப்பதற்காக ஒரு கிழவி இந்திரநாத்திடம் உதவி கேட்டு வருகிறாள். அவளை அபின் உண்ணும் கூச்பிஹார் கிழவன் ஒருவனுக்குக் கட்டிவைக்க திட்டமிட்டிருப்பதைப் பற்றி அவள் வருத்தமாகக் கூறுகிறாள். அந்தப் பெண்ணைத் திருமணம் செய்து கொள்ளும்படி இந்திரநாத்தை கேட்கிறாள்

மாத ஒழுக்கோடு நிற்கும் ஈலிமானைக் கண்டபோது இந்திரநாத்தின் மனதில் என்றோ கேட்ட ஒரு சமஸ்கிருத ஸ்லோகம் ஒலிக்கிறது. அது அவனது சிறுவயதில் மாதவிலக்கு ஏற்பட்டு தீட்டாக இருந்த அம்மாவை ஓடிப்போய் கட்டிப்பிடித்துவிட்டான். இதற்காக அம்மா ஒரு நாள் முழுவதும் சாப்பிடாமல் விரதம் இருந்தாள். பிறகு குடும்ப புரோகிதரை அழைத்து வந்து பரிகாரம் செய்யப்பட்டது. அன்று ஒலித்த ஸ்லோகமது.

கிரிபாலா, துர்கா, சாரு கொஸைனி என்ற மூன்று பெண்களும் மூன்றுவிதமாக வாழ்க்கையை எதிர்கொள்கிறார்கள். வசதியான குடும்பத்துப் பெண்ணாக இருந்தபோதும் கிரிபாலா விதவைகளுக்குத் தரப்படும் உப்பில்லாத உணவும் பத்திய சாப்பாடும் மட்டுமே சாப்பிட கட்டாயப்படுத்தப்படுகிறாள். அவளது கணவன் அபின் அடிமையாக இருந்ததோடு வேறு ஒரு பெண்ணுடன் கள்ள உறவு வைத்திருந்ததை அவள் அறிவாள். அப்படிப்பட்ட ஒரு கணவன் இறந்து போனதற்காகத் தான் வாழ்நாள் முழுவதும் விதவைக் கோலம் பூண்டு உணர்ச்சிகளை அடக்கிக் கொண்டு நடைப்பிணம் போல ஏன் வாழ வேண்டும் என்று கேள்வி எழுப்புகிறாள்.

காமம், நாவலின் முக்கிய கருப்பொருளாக விளக்குகிறது. மதம் பிடித்த யானை ஒன்று அலைந்து திரிவதும் கிரிபாலா காம வசப்படுவதும் இணையாக சித்தரிக்கப்படுகிறது.

கொஸைனி பெண்கள் உடம்பில் ஓடும் ரத்தத்தில் காமத்துடிப்பு அதிகமிருக்கிறது என்பதைப் பற்றிக் கூறும் கிரிபாலா இந்த உடம்பை ஒருமுறை அனுபவித்து பார்,

அப்போது இதன் அருமை தெரியும் என மாற்கிடம் சொல்கிறாள். பலாமரத்திலிருந்து பழுத்த பலா தானே விழுந்து உள்ளிருந்து சுளைகள் வெடித்துச் சிதறுவதாக இந்திரா எழுதுவது காமத்தின் குறியீடே.

விதவையான கிரிபாலா தன் கணவன் வீட்டிலிருந்து தாயின் வீட்டிற்குத் திரும்பி வரும்போது அவளுடன் துணைக்கு யாரும் வரவில்லை. கிரிபாலாவின் வீட்டில் உள்ள பணிப்பெண்கள் கூட அவளைக் கேலி பேசுகிறார்கள். சமையல் அறைக்குள் அவள் நுழைவதற்குத் தடைவிதிக்கப்படுகிறது. விதவையான அவள் தொட்டால் மீன் சுவை கசப்பாக மாறிவிடும் என நம்புகிறார்கள்.

இருட்டறையில் அவள் முடங்கிக் கிடக்க வேண்டும் என்கிறாள் அவளது தாய். ஒரு முறை அவர்கள் வீட்டில் விருந்திற்காக மாமிசம் சமைக்கப்படும்போது கிரிபாலா அதை ரகசியமாக எடுத்து சாப்பிட்டு விடுகிறாள். இதற்காக அவள் கடுமையாகத் தண்டிக்கப்படுகிறாள். அவமானத்தில் அப்படியே இறந்து போய்விட்டால் நிம்மதியாக இருக்கும் என நினைக்கிறாள் கிரிபாலா.

விதவையான துர்கா அவளுக்கு நேர் எதிரானவள். எந்த மறுப்பும் இன்றி ஆசாரமான குடும்பத்தில் விதவைகள் என்ன கட்டுப்பாடுகளை ஏற்று நடக்க வேண்டுமோ அத்தனையும் ஏற்றுக் கொள்கிறாள். அதன் காரணமாக அவள் அடையும் சிரமங்களை, வேதனைகளைக் கூட வெளிப்படையாகப் பேசுவதில்லை.

சாரு கொஸைனி குழந்தையற்ற விதவை. அவள் மிகுந்த கோபக்காரி. பலநேரங்களில் அவள் தனக்குத்தானே பேசிக்கொள்கிறாள். அவளுக்கும் காம உணர்ச்சிகள் இருக்கின்றன. உறங்குகின்ற ஆணை அவள் ரகசியமாக ரசித்துப் பார்க்கிறாள். மகிதாருடன் உறவு கொள்ள வேண்டும் என்று ஆசைப்படுகிறாள், திருமணமாகி கணவனுடன் வசித்தபோது ஒருமுறை தன் வீட்டிற்கு வந்த மந்திரவாதி மருத்துவரான விஷ்ணு ஓஜாவின் அழகில் மயங்கி அவன் கண்கள் தன்னைத் தீண்டியதால் தனது மார்புக்காம்புகள் விறைத்துக் கொண்டதாக உணருகிறாள். ஆனால் ஆச்சாரமான வைஷ்ணவக் குடும்பத்தின் கட்டுப்பாடுகளும் நியமங்களும் அவளை ஒடுக்கி வைத்திருந்தன.

அஸ்ஸார்க் மாதத்தில் நான்கு நாட்கள் பூமிக்கு மாதவிடாய்

ஏற்படுவதாக மக்கள் நம்புகிறார்கள். அந்த நாட்களில் பூமியைத் தோண்டக்கூடாது என்பது ஐதீகம். அந்த நேரத்தில் விதவைகள் அமோதி சடங்கை மேற்கொள்கிறார்கள். தொல்சடங்கு ஒன்றினை நினைவூட்டுவதாகவே அந்த நம்பிக்கை விவரிக்கப்படுகிறது. விதவைகளை பூரிக்கு அழைத்துப்போய் நீத்தார்சடங்குகள் செய்யும் புரோகிதர் ஊர்தேடி வந்து ஆள் பிடிக்கிறான். முன்பு போல விதவைகள் ஆர்வம் காட்டுவதில்லை என சலித்துக் கொள்கிறான்.

ஆட்டை உயிரோடு புதைத்து மூச்சுத் திணறி சாகடிப்பது, யானை வணிகர்களுக்குள் ஏற்படும் ஒப்பந்தம், பாம்பு வகைகள். திருமணச் சடங்குகள், காமரூபத்திற்கு உருளைக்கிழங்கு வெளிநாட்டுப் பொருளாக அறிமுகமான விதம், பிணங்களைத் தின்னும் ஆற்று மீன் பற்றிய குறிப்பு, யானைக்கு வரும் நோய்கள், ஆவி உறையும் மூங்கில் மரங்கள் என நாவல் தென்காமரூபத்தின் நாட்டார் வழக்காற்றியல் ஆவணமாகவும் விளங்குகிறது.

வடகிழக்கு மாநிலங்களில் மிஷனரிகள் தீவிரமான கிறிஸ்துவப் பிரச்சாரத்தில் ஈடுபாட்டார்கள். இதனால் அதிக அளவில் மதமாற்றங்கள் ஏற்பட்டன. இந்த நாவலிலும் அசாமிற்கு கிறிஸ்துவ மிஷனரியாக வந்த மாற்கின் கதை விவரிக்கப்படுகிறது.

அவன் பழைய ஏடுகளை சேகரிக்க வந்தவனாக அறிமுகமாகிறான். பாம்பு கடித்த கிரிபாலாவை அவன் மருத்துவம் செய்து காப்பாற்றுகிறான். அதன் வழியே அவன் மீது கிரிபாலாவிற்கு ஈர்ப்பு உருவாகிறது. தனது அடக்கமுடியாத காம உணர்ச்சிகளுக்கு அவன் வடிகாலாக இருப்பான் என நினைக்கிறாள் கிரிபாலா. ஆகவே தானே அவனைத் தேடிப் போகிறாள். தன்னை நரகத்திலிருந்து காப்பாற்றும்படி கெஞ்சுகிறாள். அவர்களுக்குள் ரகசிய உறவு ஏற்படுகிறது.

ஒருநாள் மாற்கோடு தனித்திருக்கும்போது கிரிபாலா பிடிபடுகிறாள். வெளியே இழுத்துவரப்பட்டு பாவத்திற்கான பரிகாரச்சடங்கு செய்ய நிர்ப்பந்திக்கப்படுகிறாள். அந்த சடங்கில் குடிசையில் எரியும் நெருப்பில் தன்னை மாய்த்துக் கொள்கிறாள் கிரிபாலா. அவளது மரணம் அதுவரை அவள் அடைந்த அவமானத்திலிருந்து விடுதலை தருவது போலவே அமைகிறது.

சத்திராவின் அதிகார்கள் தங்களின் பெருமிதத்தைக்

காட்டிக் கொள்ள யானை வைத்திருந்தார்கள். இந்த யானைகள் சில நேரங்களில் கடினமான வேலைகளை செய்யவும் பயன்படுத்தப்பட்டன. திருமணத்தின்போது யானையில் பவனி வருவது அவர்களின் கௌவரத்தின் அடையாளம். பழகிய யானைகளைக் கொண்டு காட்டுயானைகளைப் பிடித்து விற்பதையும் அதிகார்கள் வழக்கமாக வைத்திருந்தார்கள். பிடித்து வரப்பட்ட யானைகளுக்குப் பயிற்சி தரப்படுவதற்காக யானை மஹால் இருந்தது.

நாவல் முழுவதும் யானையைப் பிடிப்பது, பழக்குவது, விற்பது பற்றிய குறிப்புகள் இடம்பெற்றுள்ளன, நாவலில் யானைக்கு மதம்பிடித்துப் போவதும் செல்லரித்துப் போன அம்பாரியும் சத்திரா குடும்பத்தின் வீழ்ச்சியின் அடையாளமாக முன்வைக்கபடுகிறது. யானையின் இயல்பு பற்றியும் பாகன் மீது அதற்குள்ள பாசம் குறித்தும் மதம்பிடிக்கும் போது அதன் காதுகளின் அடியில் கிராம்பு வைக்கும் பழக்கம் பற்றியும் இந்திரா வியப்பூட்டும் விதமாக எழுதியிருக்கிறார்

நாவலின் உன்னத தருணம் மதம் பிடித்த யானையைக் கொல்வதற்காக ஒரு வேட்டைக்காரன் அழைத்துவரப்படுவதும் அதை இந்திரநாத் எதிர்கொள்ளும் விதமுமாகும். காவியத் தன்மையுடன் இந்தப் பக்கங்கள் எழுதப்பட்டுள்ளன. தன்விருப்பத்திற்குரிய யானை கொல்லப்படுவதற்கு இந்திரநாத் அனுமதி தருகிறான். அவ்வளவுதான் வாழ்க்கை, எதையும் யாராலும் காப்பாற்றி வைத்திருக்க முடியாது என்ற உண்மை அவன் முகத்தில் அறைவது போல சொல்லப்படுகிறது. அதை ஏற்றுக் கொள்வது எளிதானதில்லை. இந்திரநாத் அதை எதிர்கொண்டு வேதனையுடன் கடந்து போகிறான். நாவலின் உச்சம் இந்த அத்தியாயமே.

தென்காமரூபக்கதை முழுவதும் புறக்கணிப்பின் வலி அழுத்தமாக முன்வைக்கபடுகிறது. கம்யூனிசத்தின் வருகை, நிலப்போராட்டங்கள், காலனி ஆதிக்கத்தின் பாதிப்புகள் என பரந்த தளத்தில் நாவலைக் கட்டமைத்திருக்கிறார் இந்திரா. இதன்வழியே இன்றைய அஸ்ஸாமிய அரசியல் பிரச்சினையின் வேர்கள் எங்கே புதையுண்டிருக்கின்றன என்று அடையாளம் காட்டுகிறார்.

சந்நதம் வந்த பெண் உணர்ச்சி வேகத்தில் தன்னை மறந்து கூச்சலிடுவதைப் போல கதை ஆவேசமாக சொல்லப்படுகிறது. அதே நேரம் இந்திரநாத் வழியாகத் தன்னால் எவ்விதமாகவும் தடுக்கமுடியாதபடி காலமாற்றம் வீழ்ச்சியை நிகழ்த்தியே

தீரும் என்பதையும் அடையாளம் காட்டுகிறது. இந்திரநாத் நவீன காலத்தின் மனநிலை கொண்ட மரபான மனிதராக சித்தரிக்கப்படுகிறார். ஒருவேளை அது இந்திராவின் தந்தையின் சாயலோ என்னவோ.

அஸ்ஸாமிய இலக்கியத்தின் ஒப்பற்ற எழுத்தாளர் இந்திரா கோஸ்வாமி என்பதற்கு இந்த நாவல் சிறந்த சான்று. மொழிபெயர்ப்பின் சரளம் வாசிப்பில் நெருக்கத்தை ஏற்படுத்துகிறது. இலக்கியத்தின் வழியே இந்தியாவை ஒன்றிணைக்கும் சாகித்ய அகாதமியின் வெளியீடுகள் மிகுந்த பாராட்டிற்குரியவை.

2009இல் நோயுற்று கொல்கத்தா மருத்துவமனையில் கோமா நிலையில் இருந்து மீளாமலே இந்திரா கோஸ்வாமி இறந்து போனார். அவரது மரணத்திற்குப்பிறகு கண்கள் தானமாக அளிக்கப்பட்டன.

'இருத்தல் இருத்தலின்மையைச் சுட்டிக்காட்டுகிறது' என தாவோ கூறுகிறது. இந்நாவல் மேற்கொள்வதும் அதையே.

சொற்களால் நெய்யப்பட்ட மாயக்கம்பளம்

உருதுச் சிறுகதை வரலாற்றில் ராஜேந்திர சிங்பேதி. கிருஷ்ண சந்தர், சாதத் ஹசன் மண்டோ. இஸ்மத் சுக்தாய் ஆகிய நால்வரும் முன்னோடிப் படைப்பாளிகள். உருதுக்கதைகள் என்றொரு சிறுகதைத் தொகுப்பினை நேஷனல் புக் டிரஸ்ட் வெளியிட்டுள்ளது. தமிழில் வெளியான சிறந்த இந்தியச் சிறுகதைத் தொகுப்புகளில் ஒன்று. இதில் கிருஷ்ண சந்தர், ராஜேந்திர சிங்பேதீ. இஸ்மத் சுக்தாய் ஆகிய மூவரது சிறுகதைகளும் இடம் பெற்றுள்ளன.

மண்டோவின் சிறுகதைகள், கட்டுரைகள் அடங்கிய முழுத்தொகுப்பினை ராமானுஜம் மொழியாக்கம் செய்து வெளியிட்டுள்ளார். ஆனால் இஸ்மத் சுக்தாயின் படைப்புகள் தனிநூலாக இதுவரை தமிழில் வெளியாகவில்லை. அவரது சில சிறுகதைகளும் கட்டுரைகளும் வெளியாகியுள்ளன. ஆனால் முழுமையாக மொழிபெயர்த்து வெளியிட வேண்டிய முக்கியமான எழுத்தாளர் இஸ்மத் சுக்தாய் (Ismat Chughtai.)

சமீபத்தில் New Urdu Writings : From India & Pakistan ed: Rakhshanda Jalil என்ற புத்தகத்தை வாசித்தேன். அதில் இந்தியா

மற்றும் பாகிஸ்தானைச் சேர்ந்த சிறந்த சிறுகதைகள் இடம்பெற்றிருந்தன. ஜோகிந்தர் பால் எழுதிய அதன்பிறகு எப்போதும் மகிழ்ச்சியாக வாழ்ந்தார்கள் என்ற ஒரு பக்கக் கதை உள்ளது. ஒரு எழுத்தாளனின் நாவலில் இருந்து வெளியேறிய இரண்டு கதாபாத்திரங்கள் தாங்களாகத் திருமணம் செய்து கொண்டு தனியே வாழ்ந்து வருவதைப் பற்றிய சிறுகதையது. மிகச்சிறப்பாக எழுதப்பட்டுள்ளது. லூயி பிராண்டலோவின் எழுத்தாளனைத் தேடும் ஆறு கதாபாத்திரங்களின் சாயலைக் கொண்டிருந்தபோதும் இக்கதை புனைவின் புதிய சாத்தியத்தை நிகழ்த்திக்காட்டுவது வியப்பளிக்கிறது.

இது போலவே பாகிஸ்தானின் 50 ஆண்டுக் காலச் சிறுகதை வளர்ச்சியைப் பிரதிபலிக்கும் வண்ணம் பாகிஸ்தான் சிறுகதைகள் என்ற தொகுப்பு ஒன்றையும் நேஷனல் புக் டிரஸ்ட் வெளியிட்டுள்ளது. இதிலும் உருதுக்கதைகளே அதிகம். இந்த ஜார் ஹுஸேன் எழுதிய படகு சிறுகதை மேஜிகல் ரியலிசப்பாணி கதைகளில் மிகவும் முக்கியமானது.

உருதுக்கதைகளை வாசிக்கும்போது அவற்றில் இதிகாசக் கதைகளைப் போல மாயமும் யதார்த்தமும் ஒன்று கலந்திருப்பதை உணர முடிகிறது. அதே நேரம் ஐரோப்பிய இலக்கியத்தின் தாக்கத்தால் உளவியல் பார்வையுடன் எழுதப்பட்ட சிறுகதைகள் உருவாகியுள்ளதையும் அறிந்து கொள்ள முடிகிறது.

தமிழைப் போலவே உருது மொழியின் சிறுகதையும் ஐரோப்பிய இலக்கிய வடிவத்திலிருந்தே அதன் நவீனத்துவத்தை உருவாக்கிக் கொண்டிருக்கிறது. கவித்துவமிக்க மொழி என்பதால் இதன் சிறுகதைகளும்கூடக் கவித்துவமாகவே எழுதப்பட்டுள்ளன. பொதுவுடமைச் சித்தாந்தம் சார்ந்த முற்போக்கு இலக்கிய இயக்கம் உருதுச் சிறுகதை வளர்ச்சியில் முக்கியப்பங்கு வகித்திருக்கிறது, குறிப்பாக பிரிட்டீஷ் ஏகாதிபத்திய எதிர்ப்பை வெளிப்படுத்தியதில் இந்த இயக்கத்திற்கு முக்கியப் பங்கிருக்கிறது.

பெண்களின் மீதான ஒடுக்குமுறைகள் குறித்தும், மறுக்கபட்ட காதல் மற்றும் தற்பாலுறவு குறித்தும் வெளிப்படையாக, துணிச்சலாக எழுதியவர் இஸ்மத் சுக்தாய். இவரது படைப்புகள் மீது தொடர்ந்து கண்டனங்களும் கடுமையான விமர்சனங்களும் உருவாகின. அதைக் கண்டு இஸ்மத் பயந்துவிடவில்லை,

துணிச்சலாகத் தனது கருத்துகளை எழுதி வந்தார். அன்றைய நாட்களில் எழுத்தாளர்கள் பலரும் அவரை இஸ்மத் அக்கா என்றே அழைத்தார்கள்.

உத்திரபிரதேசத்திலுள்ள படயூனில் பிறந்த இஸ்மத் ஜோத்பூரில் வளர்ந்திருக்கிறார். அலிகர் பல்கலைக்கழகத்தில் பி.ஏ. பட்டம் பெற்ற பின்பு பிஎட் படித்துப் பள்ளி ஆசிரியராகச் சில காலம் பணியாற்றியிருக்கிறார். இவரது கணவர் ஷஹீத் லத்தீப் மும்பை திரைப்பட உலகில் பிரபல தயாரிப்பாளர், இயக்குனர், திரைக்கதை எழுத்தாளர்.

சுக்தாய் 1941இல் லிஹாப் என்கிற சிறுகதையை எழுதினார், இந்தக்கதை நவாப் சாகிப்பின் மனைவியான பேகம் ஜான் என்ற பெண்மணி தன் வீட்டில் வேலை செய்யும் பெண்ணுடன் கள்ளத் தனமாகப் பாலுறவு கொள்வதைப் பற்றியது. நுணுக்கமாக எழுதப்பட்ட இக்கதையை ஆழ்ந்து வாசிக்கும் போதுதான் பாலுறவு பற்றியது என்பதை உணரமுடியும்.

இக்கதை வெளியான போது இலக்கிய உலகில் பெரிய சர்ச்சை உருவானது. இக்கதையை ஆபாசம், ஒழுக்கக்கேட்டைத் தூண்டுகிற சிறுகதை எனக் கண்டித்து இஸ்மத் மீது வழக்குத் தொடரப்பட்டது. இவ்வழக்கு லாகூர் நீதிமன்றத்தில் நடைபெற்றது. வழக்கை எதிர்கொள்வதற்காகச் சுக்தாய் மும்பையிலிருந்து லாகூர் வரை செல்ல வேண்டியதாயிருந்தது. ஆனால் அதையும் ஒரு சுற்றுலா போலவே அவர் எடுத்துக்கொண்டார் வழக்கின் முடிவில் சுக்தாய்க்குச் சாதகமாகவே தீர்ப்புக் கிடைத்தது.

1940களில் உருது இலக்கியத்தில் தீவிரமாக இயங்கி வந்தவர்களில் மாண்டோவும் இஸ்மத் சுக்தாயும் நெருங்கிய நண்பர்கள். மும்பையில் வசித்த நாட்களில் மாண்டோ பல இரவுகள் குடித்துவிட்டு இஸ்மத் வீட்டுக் கதவைத் தட்டி தனக்குச் சாப்பாடு வேண்டும் எனக் கேட்டிருக்கிறார். இஸ்மத்தும் கோபித்துக்கொள்ளாமல் அவருக்கான உணவைச் செய்து கொடுத்திருக்கிறார். சில நாட்கள் மாண்டோவும் இஸ்மத்தின் கணவரும் விடிய விடிய இலக்கியம் பேசியபடியே மது அருந்துவதும் வழக்கம்.

மாண்டோவின் மனைவியோடு இஸ்மத் மிகவும் நெருக்கமாக இருந்தார். மாண்டோ இஸ்மத்தை தனது நெருக்கமான

தோழியாகவே கருதினார். ஒருவேளை இஸ்மத் ஆணாகப் பிறந்திருந்தால் தன்னைப் போலவே இருந்திருப்பார். தான் பெண்ணாக இருந்திருந்தால் இஸ்மத் போலவே நடந்து கொண்டிருப்பேன் என மாண்டோ ஒரு நேர்காணலில் குறிப்பிட்டுள்ளார்.

கதைகள் மட்டுமின்றிச் சமூகப் பிரச்சினைகள் பற்றியும் இஸ்மத் கட்டுரைகள் எழுதியிருக்கிறார். திரைப்படங்களில் கணவருடன் இணைந்து பணியாற்றியதும் உண்டு. இஸ்மத்தின் கதைகளும் படமாக்கப்பட்டிருக்கின்றன. அவரும் ஒரு திரைப்படத்தில் வயதான பாட்டியாக நடித்திருக்கிறார்

இந்தியா பாகிஸ்தான் பிரிவினை உருவான போது எழுத்தாளர்கள் பலரும் அதனை ஆதரிக்கவில்லை. இஸ்மத் பிரிவினைக் கோரிக்கையைக் கண்டித்து அறிக்கை விட்டார். பிரிவினை நடந்தேறியதும் மாண்டோ பாகிஸ்தானுக்குக் குடிபெயர்ந்தார். ஆனால் சுக்தாய் கடைசி வரை மும்பையிலேயே வாழ்ந்து மறைந்தார்.

லிஹாப் கதைக்காக அவருக்குச் சம்மன் கொடுக்க ஒரு இன்ஸ்பெக்டர் காவலர்களுடன் வந்ததைப் பற்றிச் சுவாரஸ்யமான கட்டுரை ஒன்றை இஸ்மத் எழுதியிருக்கிறார். அதில் சம்மன் கொடுக்க இன்ஸ்பெக்டர் தன் வீட்டிற்கு வந்தபோது தான் பிறந்து இரண்டு மாதங்களேயான பெண் குழந்தை லீமாவுக்குக் கொடுப்பதற்காகப் பால் கரைத்துக்கொண்டிருந்ததாகக் குறிப்பிடுகிறார்.

தனது வீடு தேடி வந்துள்ள போலீஸ்காரர்களிடம் எதற்காகச் சம்மன் என விசாரித்திருக்கிறார் இஸ்மத்.

நீங்களே படித்துப்பாருங்கள் என இன்ஸ்பெக்டர் சம்மனை அவரிடம் நீட்டவே அதை வாங்கிப்பிரித்துத் தலைப்பு வாசகத்தைப் படித்தவுடன் தன்னை மீறி வெடித்துச் சிரித்துவிட்டார் சுக்தாய். காரணம் இஸ்மத் சுக்தாய்க்கும் பிரிட்டிஷ் அரசிற்குமான வழக்கு எனத் தலைப்பிடப்பட்டிருந்தது. தான் அவ்வளவு பெரிய ஆளா என்பதே பரிகாசத்திற்கான காரணம்.

லிஹாப் என்கிற ஆபாசச் சிறுகதையை எழுதியதற்காக லாகூர் உயர்நீதிமன்றத்தில் அவர் மீது வழக்குத் தொடுக்கப்பட்டுள்ளது. ஜனவரியில் வழக்கு விசாரணைக்கு வரும்போது நீதிமன்றத்திற்கு

நேரில் ஆஜராக வேண்டும். தவறினால் கடும் நடவடிக்கை எடுக்கப்படும் என அந்தச் சம்மனில் குறிப்பிடப்பட்டிருந்தது.

தான் சம்மனை வாங்க முடியாது, வேண்டுமானால் கைது செய்து கொள்ளுங்கள் என முரண்டு பிடித்தார் சுக்தாய். இன்ஸ்பெக்டருக்குக் கோபம் தலைக்கேறியது. அதைக் காட்டிக்கொள்ளாமல் கையெழுத்திட்டு வாங்கிக் கொள்ளும்படியாக வற்புறுத்தினார். வேறு வழியில்லாமல் சுக்தாய் முடிவில் சம்மனைப் பெற்றுக்கொண்டார்

இந்த விஷயத்தைப் பற்றிக் கேள்விபட்ட மாண்டோ உடனே சுக்தாயைத் தொலைபேசியில் அழைத்துத் தன் மீதும் ஆபாசக் கதை எழுதிய வழக்கு ஒன்று அதே நீதிமன்றத்தில் அதே தினம் இருப்பதால் அங்கே சந்திப்போம் என வாழ்த்துச் சொன்னார்.

தனக்கு ஏதோ பெரிய விருது கிடைத்திருப்பதற்காக வாழ்த்தியது போலிருந்தது மாண்டோவின் பேச்சு எனக் கேலியாகக் குறிப்பிடுகிறார் இஸ்மத்

நீதிமன்ற வழக்கு பற்றிப் பத்திரிகைகளில் செய்திகள் வெளியாகின. இதனால் இஸ்மத்திற்குக் கடுமையான வசைமொழிகளுடன் கடிதங்கள் வந்து குவிய ஆரம்பித்தன. இஸ்மத் அதைக் கண்டுகொள்ளவேயில்லை.

தன் கணவருடன் லாகூர் புறப்பட்டுச் சென்றார் இஸ்மத். அங்கே மாண்டோ காத்துக்கொண்டிருந்தார். மாண்டோவின் நண்பர்கள் சுக்தாய்க்காக விருந்து வைத்தார்கள். அதில் முக்கிய இலக்கியவாதிகள் பலரும் கலந்து கொண்டார்கள்.

விசாரணக்காக நீதிமன்றத்திற்கு இஸ்மத் சென்றிருந்தார். ஆனால் நீதிமன்றத்தில் பெரிதாக ஒன்றும் நடந்துவிடவில்லை, நீங்கள்தான் கதையை எழுதியதா என ஒரேயொரு கேள்வி மட்டும் நீதிபதி கேட்டார். அத்துடன் விசாரணை வேறொரு தேதிக்கு ஒத்தி வைக்கப்பட்டது.

அதன் பிறகு சுக்தாய், அவரது கணவர் ஷஹீத், மாண்டோ ஆகியோருடன் லாகூரின் முக்கிய இடங்களைச் சுற்றிப்பார்க்கக் கிளம்பினார். விதவிதமான உணவுவிடுதிகளுக்குச் சென்று பிடித்த உணவைச் சாப்பிட்டு உல்லாசமாகப் பொழுதைக் கழித்தார்.

ஆறு மாதங்களுக்குப் பிறகு மறுபடியும் வழக்கு விசாரணைக்கு வந்தது. அன்று ஒரே நாளில் மாண்டோவின் கதையும் சுக்தாயின் கதையும் விசாரணைக்கு எடுத்துக் கொள்ளப்பட்டன.

முதலில் மாண்டோவின் 'பு' (Bhu) கதையை ஆபாசம் எனச் சொல்லிய சாட்சி விசாரிக்கப்பட்டார். அவர் கதையில் முலைகள் என்ற ஆபாச வார்த்தை இடம்பெற்றுள்ளது என்றார். உடனே மாண்டோ திடீரென எழுந்து பெண்ணின் மார்பகங்களை முலைகள் என்று குறிப்பிடாமல் வேறு எப்படிக் குறிப்பிடுவது, வேர்க்கடலை என்றா எனக்கேட்டதும் நீதிமன்றம் முழுவதும் சிரிப்பலை உருவானது. ஆனால் நீதிபதி இதுபோல ஆபாசமாகப் பேசினால் நீதிமன்ற அவமதிப்புக் குற்றமாகக் கருதப்படும் என்று எச்சரித்தார். மாண்டோவின் மீதான விசாரணை முடிந்தவுடன் இஸ்மத் வழக்கு எடுத்துக் கொள்ளப்பட்டது.

சுக்தாயின் கதையில் ஒரு கௌரவமான குடும்பத்தைச் சேர்ந்த பெண் தவறான முறையில் பாலுறவில் ஈடுபடுவது பற்றி எழுதப்பட்டுள்ளது எனச் சாட்சி சொன்னவர் கண்டனம் தெரிவித்தார். அதைக் கேட்ட சுக்தாய் கௌரவமற்ற குடும்பப் பெண் என்பது தான் உங்களுக்குப் பிரச்சினையா எனக் கேட்டார். இறுதியில் தண்டனை ஏதுமின்றி வழக்கிலிருந்து இருவரும் விடுவிக்கப்பட்டார்கள்.

தீர்ப்புக்குப் பிறகு சுக்தாயைத் தனது அறைக்கு அழைத்த நீதிபதி தான் அவரது ரசிகர் என்றதுடன் லிஹாப் கதையில் ஆபாசமாக எதுவுமில்லை என்றும் மனம் திறந்து பாராட்டினார்.

சுக்தாயின் வாழ்க்கை வரலாறு சில ஆண்டுகளுக்கு முன்பு ஆங்கிலத்தில் வெளியாகியுள்ளது. அதில் தனது வாழ்க்கை அனுபவங்களைத் திறந்த மனதுடன் வெளிப்படையாக எழுதியுள்ளார்.

குறிப்பாக ஐந்து வயதில் வீட்டிலிருந்த வெள்ளைக்குதிரையில் ஏறி வட்டமடித்து வரவேண்டும் என ஆசைப்பட்டதையும் பெண்கள் குதிரை ஏறக்கூடாது என வீட்டார் தடுத்து எச்சரிக்கை செய்ததையும், தனது பிடிவாதம் காரணமாகப் பின்னொரு நாள் அதே குதிரையில் ஏறிப் பயணம் செய்ய முடிந்ததையும் பற்றி சுக்தாய் சந்தோஷமாகக் குறிப்பிடுகிறார்.

குதிரையேற்றம் மட்டுமன்றித் துப்பாக்கி சுடுவதற்கும் பயிற்சி எடுத்துக் கொண்டிருக்கிறார்.

தனது தூக்கத்தில் நடக்கும் பழக்கம் பற்றியும் அதற்காகத் தர்காக்களுக்குச் சென்று ஃபாத்திஹா ஓதி வந்ததையும், காந்திஜியிடம் ஆட்டோகிராப் கேட்டபோது நீ கதராடை அணிந்துகொண்டு வந்தால் நிச்சயம் கையெழுத்துப் போட்டுத் தருகிறேன் என்றதால் உடனே கதர் உடை அணிந்து கொண்டு போய் காந்தியிடம் கையெழுத்து வாங்கியதையும், பள்ளி ஆசிரியராகப் பணியாற்ற சந்தர்ப்பம் கிடைத்த போது புர்க்கா அணியச் சொல்லி வற்புறுத்தினால் வேலையை ராஜினாமா செய்துவிடுவேன் என மிரட்டியதையும் நினைவு கூர்ந்திருக்கிறார்.

இஸ்மத் சுக்தாய் ஒன்பதாவது குழந்தையாகப் பிறந்தவர். பாட்டி தான் அவரை வளர்த்தார். பத்தாவது முறையாக அம்மா கர்ப்பிணியாக இருந்தபோது ஒரு நாள் மரத்தடியில் அமர்ந்து வேர்க்கடலை சாப்பிட்டுக்கொண்டிருந்தார். அப்போது ஒரு குரங்கு வேர்க்கடலைக்கு ஆசைப்பட்டு அவரது வயிற்றின் மீது குதித்துவிட்டது. அதில் அம்மாவின் கர்ப்பம் கலைந்து போனது. அதன் பிறகு அம்மா கர்ப்பம் தரிக்கவேயில்லை. நல்லவேளை குரங்கின் உதவியால் அம்மா கர்ப்பிணியாகாமல் தப்பித்தாள் எனச் சுக்தாய் வேடிக்கையாகக் கூறுகிறார்

பனிரெண்டு வயதானபோது அவரது அம்மா சுக்தாயை சமையல் செய்யக் கற்றுக்கொள்ளும்படி வற்புறுத்தினார். ஆனால் இஸ்மத் அதில் ஆர்வம் காட்டவேயில்லை. படிப்பது மட்டுமே தனது வேலை என்றார்.

பெண்களுக்குக் கட்டாயம் சமைக்கத் தெரிந்திருக்க வேண்டும். நாளை உனக்குத் திருமணமாகி கணவன் வீட்டிற்குப் போனால் என்ன செய்வாய் என அம்மா கேட்டதற்கு, ஒரு சமையற்காரனை வேலைக்கு வைத்துக்கொள்வேன், வீட்டில் ஆண்கள் எவரும் சமைக்கக் கற்றுக்கொள்வதில்லையே, நான் மட்டும் ஏன் கற்றுக்கொள்ள வேண்டும் என இஸ்மத் கோபத்துடன் பதில் அளித்திருக்கிறார்.

இஸ்மத்தின் சகோதரர் மிர்ஸா அஸிம் பெக் ஒரு எழுத்தாளர். அவரே இஸ்மத்திற்கு இலக்கியத்தை அறிமுகம் செய்து வைத்தவர். தஸ்தாயெவ்ஸ்கி, சாமர்செட் மாம், ஆன்டன் செகாவ், டால்ஸ்டாய், தாமஸ் ஹார்டியை இஸ்மத் விரும்பிப்

படித்திருக்கிறார். இஸ்லாமியக் குடும்பத்தின் கட்டுப்பாடுகள் காரணமாக யாருக்கும் தெரியாமல் ரகசியமாகக் கதைகள் எழுதி அதை ஒளித்து வைத்துக்கொண்டார் இஸ்மத். அவரது தோழிகள் சிலரே அவரது முதல் வாசகர்கள். பிரேம்சந்தின் சிறுகதைகளே அவருக்குச் சிறுகதையின் இலக்கணத்தைக் கற்றுக்கொடுத்தன. கல்லூரி நாட்களில் ஷேக்ஸ்பியரையும் கிரேக்க நாடகங்களையும் விரும்பிக் கற்றுக்கொண்டதுடன் நாடகத்தில் நடிப்பதிலும் ஆர்வம் காட்டினார்.

அலிகர் பல்கலைக்கழகத்தில் படித்த நாட்களில் அவருக்கு நிறைய இளைஞர்களுடன் நட்பு ஏற்பட்டது. அந்த நாட்களில் கவிதை, கதை எனத் தீவிரமாக இலக்கிய வாசிப்பை மேற்கொண்டார்.

இஸ்மத் தனது கணவர் ஷஹீத் லத்தீஃபை முதன்முதலில் அலிகரில் சந்தித்தார். ஷஹீத் அப்போது எம்.ஏ படித்துக்கொண்டிருந்தார். பின்பு மும்பைக்கு வேலைக்காக இஸ்மத் வந்த போது இருவரும் நட்போடு பழகத் துவங்கினார்கள். ஒன்றாக ஊர் சுற்றினார்கள். ஒருநாள் ஷஹீத் அவளைத் தான் கல்யாணம் செய்துகொள்ள விரும்புவ தாகச் சொன்ன போது, வேண்டாம் ஷஹீத் என்னைவிட நல்ல மனைவி உனக்குக் கிடைக்க வேண்டும் எனச் சுக்தாய் மறுத்துவிட்டார். பிறகு சில நாட்கள் யோசித்துத் திருமணத்திற்கு ஒத்துக்கொண்டார்.

ஷஹீத் தன்னை மிகவும் சுதந்திரமாக விரும்பியபடி வாழ அனுமதித்தார். அதனால் வாழ்க்கை சந்தோஷமாக அமைந்தது என்கிறார் சுக்தாய்.

இஸ்மத் சுக்தாயின் மூன்று முக்கியச் சிறுகதைகளை ராகவன் தம்பி மொழியாக்கம் செய்துள்ளார். அதில் ஃவேர்கள் என்ற கதை மிக முக்கியமானது. இந்தியப் பிரிவினையின் போது பாகிஸ்தானுக்குப் போக மறுத்து தன் ஊரிலே தங்கிவிட்ட ரூப்சந்த்ஜியின் நினைவுகளே இக்கதை. பிரிவினையின் வலியை அழுத்தமாகச் சொன்ன சிறந்த கதையிது.

"பாகிஸ்தானில் நான்கு சேர் கோதுமை ஒரு ரூபாய் மட்டுமே என்றும் ஒருமுழ நீளமுள்ள நான் ரொட்டி வெறும் காலணாவுக்குக் கிடைக்கும் என்பது போன்ற வதந்திகளையும் நம்பினார்கள். இவை போன்ற வதந்திகளால் கவரப்பட்டு இங்கிருந்து வெளியேறி பாகிஸ்தானில் குடியேறத் தீர்மானித்தார்கள். ஆனால் அந்த நான்கு சேர் கோதுமையை

வாங்க ஒரு ரூபாயும் ஒரு முழ நீளமுள்ள நாண் ரொட்டியை வாங்குவதற்குக் காலணாவும் மிக அவசியம் என்பதை உணர்ந்து சிலர் மீண்டும் இங்குத் திரும்பினார்கள். அந்த ரூபாயும் காலணாவும் இலவசமாகக் கிடைக்காது என்பதையும் அவை வயல்களில் விளையும் பொருட்கள் அல்ல என்பதையும் அவர்கள் உணர்ந்து கொண்டார்கள். அவற்றைப் பெறுவது என்பது தன்னுடைய இருத்தலுக்கான போராட்டம் போலவே மிகவும் கடினமான விஷயம் என்பதையும் அறிந்து கொண்டார்கள்."

எனப் பிரிவினை குறித்த வதந்திகள் எப்படிப் பரவின என்பதைக் காட்சிப்படுத்தும் இஸ்மத் மக்கள் எவ்வாறு இடம்பெயர்ந்தார்கள் என்ற துயரத்தையும் பதிவு செய்கிறார்.

"காலா பீபி பெட்டி படுக்கைகளை எண்ணிக்கொண்டிருந்தாள். தங்கம் மற்றும் வெள்ளிச் சாமான்களோடு அவள் ஆட்டு எலும்புத் தூள், காய்ந்த வெந்தயம், முல்தானி மிட்டி என்னும் சந்தன நிறம் கொண்ட மண் கட்டிகளையும் சின்னஞ்சிறிய கட்டுகளாக ஒன்று சேர்த்து அடைத்துக்கொண்டிருந்தாள். இவை எல்லாம் இல்லை என்றால் பாகிஸ்தான் வங்கிகளில் ஏதோ பணவீக்கம் ஏற்பட்டுவிடும் என்பது போன்ற தீவிரத்தில் அந்தச் சாமான்களை அடைத்துக் கொண்டிருந்தாள். பர்ரே பாய்க்கு எக்கச்சக்கமாகக் கோபம் வந்தது. மூன்று முறை இந்தப் பண்டில்களை அவர் தூக்கி தூர எறிந்தார். ஆனால் இந்தப் பொருள்கள் இல்லாமல் போனால் பாகிஸ்தான் வறுமை நிலைக்குத் தள்ளப்பட்டுவிடும் என்பதுபோல அவள் பதற்றத்துடன் கூச்சலிட்டு மீண்டும் அவற்றைத் தன்னுடைய சாமான்களுடன் சேர்த்து வைத்துக்கொண்டாள். முடிவில் குழந்தைகள் சிறுநீர் கழித்து ஈரமாகிப்போன மெத்தைகளின் பருத்தியைக்கூடக் கிழித்து அதனைக் கட்டாகக் கட்டி எடுத்துப் போகத் தயாராக வைத்துக்கொண்டார்கள். பாத்திரங்கள் கோணிப்பையில் கட்டப்பட்டன. கட்டில்களைத் தனித்தனி பாகங்களாகப் பிரித்து அவற்றை ஒன்று சேர்த்துக் கயிற்றால் கட்டினார்கள். கொஞ்சம் கொஞ்சமாக எங்கள் கண்ணெதிரே எல்லா வகையிலும் வளமையாக இருந்த அந்த வீட்டில் கட்டிவைத்த பெட்டிகளும் துணி மூட்டைகளும் பாத்திரம் மூட்டைகளும் அசந்தர்ப்பமாக இறைந்து கிடந்தன."

தன் குடும்பத்தைப் பிரிந்த பிறகு தனிமையில் வாடும்

ரூப்சந்த்ஜி தனது வெறுமையைப் பதிவு செய்துள்ள விதம் நெகிழ்வானது.

'பூமி திடீரென்று அவர்களுக்குச் சொந்தமில்லாமல் போவதும் திடீரென்று ஒரு அந்நியமான பூமி ஒருவருக்குச் சொந்தமாவதும் அத்தனை சுவாரசியமான விளையாட்டு கிடையாது. ரத்தமும் சதையுமான பத்து உருவங்கள் — பத்து மனித ஜீவன்கள் இந்த அறையில் தான், இன்று ஆதரவற்று தனித்து விடப்பட்டுள்ள இந்தப் புனிதமான கருப்பையில் தான் ஜனனம் எடுத்திருக்கின்றன.

பாம்பு தான் உரித்த சட்டையை முட்புதரில் விட்டுச் செல்வது போலப் பிள்ளைகள் இவளை உதறிவிட்டுப் போயிருக்கிறார்கள். அமைதியையும் திருப்தியான வாழ்க்கையையும் தேடிப் போயிருக்கிறார்கள். பிள்ளைகளின் குரல்கள் அந்த அறையை நிறைத்தன. குரல்கள் வந்த திசைகளை நோக்கிக் கைகளை விரித்துப் பாய்ந்தாள். ஆனால் அவளுடைய மடி என்னவோ வெறுமையாகவே இருந்தது."

இரண்டு கைகள் என்றொரு சிறுகதை. இதில் ராணுவத்திலிருந்து திரும்பி வரும் தன் மகன் ராமாவதார் கடிதம் ஒன்றை படிப்பதற்காகக் கொண்டு வந்து தருகிறாள் ஒரு கிழவி. அவளுக்கு வயது ஐம்பது இருக்கலாம். மகன் ராணுவத்திற்குப் போன பிறகு அவள் மருமகளை அடக்கி ஒடுக்குகிறாள். மகன் இல்லாத நேரம் மருமகள் நடத்தை கெட்டுப் போய்விட்டாள். அதில் குழந்தையும் பிறந்துவிட்டது. மகன் வந்து மருமகளைக் கொன்று போடப் போகிறான் என நினைக்கிறாள் கிழவி. ஆனால் ராணுவத்திலிருந்து திரும்பிய ராமாவதார் அந்தக் குழந்தையைத் தன் பிள்ளையாக ஏற்றுக்கொள்கிறான். அது அவனது பிள்ளையில்லை எனச் சுட்டிக்காட்டுபவரிடம், பரவாயில்லை, அதைத் தன் பிள்ளையாக ஏற்றுக்கொள்ளுவதில் என்ன தவறு. அது தன் மனைவியின் வயிற்றில் பிறந்த குழந்தைதானே. அந்தக் குழந்தை வளர்ந்து பெரியவன் ஆகி இரண்டு கை கொடுத்தால் வயசு காலத்தில் உதவியாயிருக்கும் என்கிறான். எத்தனை பெரிய மனது என வியப்புடன் கதை முடிகிறது. இக்கதையில் வரும் கிழவியும் அவளது மருமகள் கதாபாத்திரமும் மிக உயிரோட்டத்துடன் உருவாக்கப்பட்டிருக்கிறார்கள்.

புனிதக்கடமை என்றொரு சிறுகதை எழுதியிருக்கிறார். அக்கதையில் டெல்லியில் திருமணம் நிச்சயக்கப்பட்ட சமீனா என்ற இளம்பெண் திருமணத்திற்கு முந்திய நாள் தன் காதலன் திரிவேதியுடன் வீட்டை விட்டு ஓடுகிறாள். அலகாபாத்திலுள்ள திரிவேதியின் வீட்டில் அடைக்கலம் ஆகிறாள். அங்கே அவர்களுக்கு இந்து முறைப்படி திருமணம் நடக்கிறது. விஷயம் தெரிந்த சமீனாவின் அப்பா அவர்களைச் சுட்டுத் தள்ள வேண்டும் எனக் கோபம் கொள்கிறார். திரிவேதியின் குடும்பம் அவளை மருமகளாக ஏற்றுக்கொண்டு சந்தோஷமாக நடத்துகிறது. ஆறு மாதங்களுக்குப் பிறகு ஒருநாள் மகளைக் காண சமீனாவின் அப்பா அலகாபாத் வருகிறார். கடந்தகால விஷயங்களை மறந்து அன்புடன் நடந்து கொள்கிறார். முடிவில் மகளையும் மருமகனையும் டெல்லிக்கு வரும்படி அழைக்கிறார். அவர்கள் இருவரும் டெல்லிக்கு வந்து சேர்கிறார்கள். அங்கே அப்பா ரகசியமான முறையில் திரிவேதியை இஸ்லாத்திற்கு மதமாற்றம் செய்ய ஏற்பாடு செய்து தன் மகளை இஸ்லாமிய முறையில் திருமணம் செய்து கொள்ள ஏற்பாடு செய்கிறார். இதற்கும் திரிவேதி ஒத்துக்கொள்கிறான். ஆனால் இதைச் சமீனா ஒத்துக்கொள்ளவில்லை. தனது தந்தைதிருந்தவேயில்லை. ஏமாற்றி நம்மை அழைத்துக் கொண்டுவந்து தந்திரமாக நடந்து கொண்டிருக்கிறார் என அவர்களுக்குத் தெரியாமல் கணவனை அழைத்துக் கொண்டு தந்திரமாகத் தப்பிப் போகிறாள். அவள் தனது தந்தைக்கு எழுதிய கடிதம் ஒன்றை விட்டுச் செல்கிறாள். அதில், இப்படி உங்களை நீங்களே ஏமாற்றிக்கொள்ள வேண்டாம். எங்களுக்கு இந்தச் சடங்குகளில் நம்பிக்கையில்லை என அவளது உறுதியான எண்ணங்களை எழுதியிருக்கிறாள். இக்கதை மிகுந்த வரவேற்பைப் பெற்றது.

பெண்களின் அக புற பிரச்சினைகளைப்பற்றி இஸ்மத் அளவிற்கு நிஜமாக எழுதியவர்கள் எவருமில்லை. இன்றைய எழுத்தாளர்கள் பலருக்கும் இஸ்மத் சுக்தாயே முன்னோடி என்கிறார் தஹிரா நக்வி.

குதிரைப்பந்தயத்தில் செல்லும் குதிரையின் வேகம் கொண்டது இஸ்மத்தின் கதைகள். வேகமான பாய்ச்சலும் உணர்ச்சிப் பெருக்கும் கொண்டவை அவரது கதைகள் என்கிறார் கிருஷ்ண சந்தர்.

இஸ்மத் ஒருலேடி செங்கிஸ்கான் என்று புகழாரம் சூட்டுகிறார் அக்னி நதி நாவலை எழுதிய குர்அதுல் ஐன் ஹைதர்.

எனது கதைகள் மாயக்கம்பளம் போன்றவை. பேனா முனையிலிருந்து பிறக்கும் சொற்களைக் கொண்டு அந்த மாயக்கம்பளத்தை நெய்கிறேன். சொற்களின் வழியே மனிதர்களை நேசிக்கிறேன். சந்தோஷம் கொள்ள வைக்கிறேன். மனிதத் துயரங்களை எழுத்தின் வழியே பகிர்ந்து கொள்கிறேன், ஆறுதல் தருகிறேன். மோசமான செயல்களை அழித்து ஒழிக்கிறேன். என் தனிமையின் தோழன் எழுத்துகள் மட்டுமே என்கிறார் இஸ்மத் சுக்தாய்.

இன்றும் இஸ்மத்தைக் கொண்டாடுவதற்கு இதுவே காரணம்.

மகாராணியின் பேனா

1998இல் டெல்லியில் கன்ஹையா லால் நாடகக் குழு நிகழ்த்திய மணிப்பூரி நாடகம் ஒன்றைப் பார்த்தேன். அடித்தட்டு மக்களின் போராட்டக் குரலாக அந்த நாடகம் அமைந்திருந்தது. தேர்ந்த நடிப்பு. சிறந்த வடிவமைப்பு. இசை என நாடகம் என்னைப் பிரமிக்க வைத்தது. மணிப்பூரி நாடகம் எதையும் அதன் முன்பாக நான் கண்டதில்லை. ஆகவே அப்பிரமிப்பிலிருந்து என்னால் விடுபட முடியவில்லை. மணிப்பூர் பழங்குடி கலை வெளிப்பாட்டின் நவீன வடிவம் போல் நாடகம் அமைந்திருந்தது.

இரண்டு நாட்கள் அந்த நாடகத்திலிருந்து என்னால் விடுபட முடியவில்லை. இசை என் காதில் கேட்டுக்கொண்டேயிருந்தது.

"ரத்தன் தியாம், கன்ஹையா லால் இருவரும் மணிப்பூர் நாடகத்தின் முக்கிய ஆளுமைகள். அவர்களின் மரபிலிருந்து நவீன நாடகத்தை உருவாக்கிக் கொண்டார்கள். நீங்கள் அவசியம் ஒருமுறை மணிப்பூரின் ராதா கிருஷ்ணன் நடனத்தைப் பார்க்க வேண்டும். மிகவும் அற்புதமாக இருக்கும்" என்றார் டெல்லி நண்பர்.

வடகிழக்கு மாநிலங்களின் இலக்கியம் நாடகம் இசை நுண்கலைகள் நமக்கு அதிகம் பரிச்சயமாகவில்லை. மணிப்பூரி இலக்கியத்திலிருந்து ஒன்றிரண்டு சிறுகதைகள், கவிதைகள் மட்டுமே தமிழுக்கு அறிமுகமாகியுள்ளன. ஆங்கிலத்தில் வாசிப்பதற்கும் அதிகமான புத்தகங்கள் கிடைப்பதில்லை.

ஆங்கிலப் பதிப்பகங்கள் பரபரப்பான விற்பனைக்குத் தகுந்த புத்தகங்களை உற்பத்தி செய்து தள்ளுவதில் காட்டும் அக்கறையில் கால்வாசியைக் கூடத் தீவிர இலக்கியம் குறித்துக் காட்டுவதில்லை. இந்தியாவிலுள்ள பழங்குடி மக்களின் இலக்கியங்களை வாசிப்பதற்கு ஒருவர் விரும்பினால் அவர் அமெரிக்கப் பல்கலைக்கழகம் ஒன்றில் ஆய்வு செய்தால் மட்டுமே சாத்தியம். தன்னார்வமிக்க சிறுபதிப்பகங்கள்தான் ஆங்கிலத்திலும் இலக்கியப் புத்தகங்களை வெளியிடுகிறார்கள். அதிலும் வங்காளிகளின் ஆதிக்கம் அதிகம்.

மணிப்பூரின் அரசியல் நிலவரம் குறித்து நிறையப் புத்தகங்கள் வெளியாகியுள்ளன, ஆனால் அவற்றில் பாதிக்கு மேல் தவறான செய்திகள். மணிப்பூர் இலக்கியத்தின் வரலாற்றை அறிந்து கொள்ள "A History of Manipuri Literature" என்ற சாகித்ய அகாதமி வெளியீடு உதவி செய்கிறது. கடவுள் மனிதர்களுடன் சேர்ந்து வாழ்ந்திருப்பதாக மணிப்பூரி தொன்மங்கள் கூறுகின்றன. அரசவம்ச வரலாற்றை விவரிக்கும் Cheitharo Kumbaba என்ற நூலில் கடவுள் மணிப்பூரின் ஒரு பகுதி நிலத்தைத் தனதாக்கிக் கொண்டு ஆண்டதாகக் குறிப்புகள் காணப்படுகின்றன. 17 ஆம் நூற்றாண்டிற்குப் பிறகு மைத்தி இனக் குழுவின் கதைகள், சடங்குகள், நம்பிக்கைகள் யாவும் உருமாறிப் போய்விட்டன. கிறிஸ்துவச் சமயத்தின் வருகையால் மனிதனின் தோற்றம் மற்றும் பிரபஞ்சத்தின் தோற்றம் பற்றிய புதுக்கதைகள் அறிமுகமாகின. அதன் முன்பு வரை மைத்தி இனத்தவர் மனிதனின் பிறப்பு பற்றித் தனித்த தொன்மத்தைக் கொண்டிருந்தார்கள். அந்தக் காலத்தில் வானில் இரண்டு சூரியன்கள் இருந்தன. ஆகவே பகலிரவு இரண்டிலும் சூரிய வெளிச்சம் இருந்து கொண்டிருந்தது. குவெய் நுன்ஜெங்பிபா என்ற வில்லாளி தனது அம்பை எய்து ஒரு சூரியனை வீழ்த்தினான். அதன்பிறகே இரவில் இருட்டு உருவானது. சூரியனை வீழ்த்தியதன் காரணமாகவேவில்லையும் அம்பையும் வணங்கும் வழக்கம் மைத்தி இனத்தவரிடம் இருந்து வருகிறது. கடவுளின் துணை கொண்டு யோய்மொங்பா சகோதரர்கள்

மணிப்பூரில் ஓடும் ஆற்றைச் சுத்தம் செய்ததாக Tutenglon என்ற இன்னொரு தொன்மக்கதை கூறுகிறது.

கிழக்கிந்தியக் கம்பெனி மணிப்பூரை ஆட்சி செய்யத் துவங்கிய போது அதன் மரபுகள் துண்டிக்கப்பட்டன. சடங்குகளும், ரகசிய வழிபாடுகளும் தடை செய்யப்பட்டன. ஆகவே மணிப்பூரின் பாரம்பரியம் பெருமளவு உருமாறிப்போனது என்கிறார் நேப்ரிம் என்ற ஆய்வாளர்.

நான்கு ஆண்டுகளுக்கு முன்பாக Fried fish, chicken soup & apremiere show என்ற டாகுமெண்டரி படத்தைக் கண்டேன். அது மணிப்பூர் மாநிலத்தில் திரைப்படம் எடுப்பதில் உள்ள சிரமங்கள் பற்றிப் பேசுகிறது. இயற்கை எழில் கொஞ்சும் மணிப்பூர் இந்திய ராணுவத்தின் கட்டுப்பாட்டில் இருக்கிறது. ஆகவே சுதந்திரமாக இங்கே படம் தயாரிக்கமுடியவில்லை.

நம்மை யார் ஆளுகிறார்கள் என்ற கேள்வி திரையில் எழுகிறது. சினிமா என்ற பதிலுடன் இந்த ஆவணப்படம் துவங்குகிறது. இதன் இயக்குனர் மம்தா மூர்த்தி மணிப்பூர் மக்களின் வாழ்க்கையை சினிமா எவ்வளவு பாதித்துள்ளது என்பதை இப்படத்தில் சிறப்பாகப் பதிவு செய்துள்ளார்.

மணிப்பூரி சினிமாவின் தந்தையாகக் கருதப்படுபவர் அரிபாம் ஷியாம் ஷர்மா. 1974 முதல் திரைப்படங்களை இயக்கி வருகிறார். இதுவரை பதினைந்து தேசிய விருதுகளைப் பெற்றுள்ளார். இவர் இயக்கிய இமாகி நிங்கதம் (Imagi Ningthem) என்கின்ற மணிப்பூரி படம் உலகின் கவனத்தை ஈர்த்தது. இவர் எம்.கே.பிநோதினி தேவியின் இரண்டு கதைகளைப் படமாக்கியிருக்கிறார். அந்தப் படங்கள் உலக அளவில் மிகுந்த பாராட்டினையும் விருதுகளையும் பெற்றுள்ளன.

ராஜமாதா என அழைக்கப்பட்ட எழுத்தாளர் எம்.கே. பிநோதினி தேவி மணிப்பூரின் மகாராணி. அரச குடும்பத்தைச் சேர்ந்த இவர் எழுத்திலும் ஓவியத்திலும் இசையிலும் மிகுந்த ஆர்வம் கொண்டவர். The Princess and the Political Agent நாவலுக்காகச் சாகித்ய அகாதெமி விருது பெற்றுள்ளார்.

மணிப்பூர் அரசகுடும்பத்தில் ஐந்தாவது பெண்ணாகப் பிறந்த பிநோதினி மேற்கத்திய கல்வி பயின்றவர். இவருக்காக ஈ. எம். ஜாலி என்ற ஆங்கில ஆசிரியர் வீட்டிலே தங்கிப் பாடம் கற்றுக் கொடுத்தார். இதற்குக் காரணம் பிநோதினியின் தந்தை சுராசந்த் ஆங்கிலக் கல்வி கற்றவர். ஐரோப்பிய நாகரிகத்தைப்

பெரிதாகக் கருதியவர். ஆகவே தனது மகளுக்கு ஆங்கிலம், வங்காளம், மணிப்பூரி ஆகிய மூன்று மொழிகளையும் கற்பிக்க ஆசிரியர்களை நியமித்திருந்தார்.

மன்னர் குடும்பம் என்றாலும் பெண்களுக்கு நிறையக் கட்டுப்பாடுகள் இருந்தன. ஆனால் தந்தையின் செல்லப் பெண் என்பதால் பிநோதினி அரண்மனை கட்டுப்பாடுகளை மீறி வெளியுலகில் சென்று பாடவும் நடனமாடவும் செய்தார். அத்துடன் மகளின் கலை ஈடுபாட்டினை அதிகரிக்க வீட்டிலே இசை நிகழ்ச்சிகள் நடைபெறவும் சுராசந்த் ஏற்பாடு செய்திருந்தார்.

பிநோதினியின் பள்ளித் தோழராக இருந்த ராபின் நங்ஹோம் அவரைப் பற்றி நினைவு கொள்ளும்போது அரச குடும்பத்துப் பெண்ணாக இருந்தபோதும் எங்களுடன் ஒன்றாக ரிக்ஷாவில் பள்ளிக்கு வருவதற்கு பிநோதினி தயங்கியதேயில்லை. எளிமையும் அழகும் கொண்டவர் பிநோதினி. எப்போதும் கூந்தலில் ஒரு பூவை சொருகி வைத்திருப்பது அவரது வழக்கம். அரண்மனை தோட்டத்திற்கு எங்களை அழைத்துக் கொண்டு போய்த் திருட்டுத் தனமாக மரமேறி பழங்களைப் பறிக்கச் சொல்வார். அவருடன் பழகியது இனிமையான நினைவுகள். மணிப்பூரில் பிறந்த குழந்தை விரல் அசைக்கும் போதே அதற்கு நடனத்தில் விருப்பம் வந்துவிட்டது எனப் பெற்றோர் பெருமைப்படுவார்கள். நாலைந்து வயதிலே நடனத்திற்குப் பயிற்சி தரத் துவங்கிவிடுவார்கள். பிநோதினியும் அப்படித் தீவிரமாக ராசலீலா நடனம் பயின்றார். பின்னாளில் ஜவஹர்லால் நேரு நடனப்பள்ளியின் தலைவராக இருந்த போதுதான் மணிப்பூரி நடனம் நவீன மாற்றத்திற்கு உள்ளானது என்கிறார்.

ஷில்லாங்கில் பள்ளிக் கல்வி முடித்த பிநோதினி தாகூரின் சாந்திநிகேதனில் ஓவியம் பயிலச் சென்றார். அப்போது சாந்திநிகேதன் கட்டிமுடிக்கப்படவில்லை. இயற்கையோடு இணைந்த சிறிய குடில்கள் மட்டுமே இருந்தன. அரசகுடும்பத்தைச் சேர்ந்த பெண்ணை அங்கே எப்படித் தங்க அனுமதிப்பது என குடும்பம் தயங்கியது. ஆனால் பிநோதினி கலையின் மீதான ஆர்வத்தால் அந்தக் குடிலில் தங்கிக் கொள்வது தனக்குக் கஷ்டமில்லை என்று கூறினார். தாகூருக்கு மணிப்பூர் மன்னர் குடும்பத்துடன் நெருக்கமான உறவு இருந்தது. ஆகவே பிநோதினியைத் தனது மகள்

போல பார்த்துக் கொள்வதாக வாக்குறுதி அளித்தார். அந்த நாட்களில் சாந்திநிகேதன் ஒரு தபோவனம் போலிருந்தது. கலையும் இசையும் ஆடல் பாடல்களும் ஒன்றிணைந்து ஒரு சொர்க்கம் போலிருந்தது என்கிறார் பிநோதினி.

பிரபல ஓவியர் நந்தலால் போஸிடம் ஓவியம் கற்றுக் கொண்டார். சிற்பம் செய்வதில் ஆர்வம் கொண்ட பிநோதினி நவீன வகைச் சிற்பங்களை உருவாக்கினார். அவரது ஓவியங்களும் சிற்பங்களும் இன்றும் டெல்லி மியூசியத்தில் காட்சிக்கு வைக்கப்பட்டிருக்கின்றன. கல்லூரிப் படிப்பை வெற்றிகரமாக முடித்தபோது மணிப்பூரின் முதல் பெண் பட்டதாரியாக பிநோதினி பெருமை கொண்டார்.

வங்க மொழியின் இலக்கியங்களைக் கற்றுத் தேர்ந்ததோடு அந்தப் படைப்புகளை மணிப்பூரியில் மொழியாக்கமும் செய்துள்ளார். பாதல் சர்க்காரின் நாடகங்களை மொழிபெயர்த்தது முக்கிய பங்களிப்பாகும்.

நந்தலால் பாபு ராய் என்ற மருத்துவரைத் திருமணம் செய்து கொண்டார் பிநோதினி தேவி. கல்லூரி நாட்களிலே நாடகம் எழுதத் துவங்கிய பிநோதினி தேவி ரேடியோ நாடகம், பாடல்கள், சிறுகதை, நாவல், ஓவியம், இசை எனப் பல்வேறு தளங்களில் தீவிரமாகச் செயல்பட்டு வந்தார். ரூப் ராகா என்ற இசைக்குழுவினை உருவாக்கி தலைமை ஏற்று நடத்தினார் பிநோதினி.

1965இல் அவரது முதல் கதை கல்கத்தாவிலிருந்து வெளியாகும் 'மணிப்பூரி' இதழில் வெளியானது. அக்கதை ஒரு இளைஞனுக்கும் அவளது சிற்றன்னைக்குமான உறவைப்பற்றியது. இளம் பெண்ணான சிற்றன்னை மீது அவன் ரகசிய காதல் கொண்டிருப்பதைப் பற்றியதே கதை. பிநோதினி தேவியின் கதைகளில் வரும் பெண்கள் நவீனமானவர்கள். மரபான ஒழுக்க கட்டுப்பாடுகளை மீறி அவர்கள் சுதந்திரமான வேட்கையை வெளிப்படுத்துகிறார்கள்.

பிநோதினி தேவி திரைக்கதை எழுதிய Imagi Ningthem (My Son, My Precious) திரைப்படம் 'கேன்ஸ்' திரைப்படவிழாவில் சிறந்த படத்திற்கான விருதைப் பெற்றது. இப்படத்தின் கதை ஒரு சிறுவனைப் பற்றியது. பர்மா எல்லையிலுள்ள கிராமம் ஒன்றில் ஊர்த் தலைவராக இருந்த ஒருவன் அழகான பெண் ஒருத்தியுடன் பழகத்துவங்குகிறான். திருமணம் செய்துகொள்வதாக வாக்களித்து அவளைக்

கர்ப்பிணியாக்குகிறான். பிரசவத்தில் அந்தப் பெண் இறந்து போய்விடவே, அவளது தந்தை குழந்தையை வளர்க்க முன்வருகிறார்.

அந்த ஊருக்குப் பள்ளி ஆசிரியையாக வரும் இளம்பெண் அச்சிறுவனைப் பற்றி விசாரித்து உண்மையை அறிந்து கொள்கிறாள். ஊர்த் தலைவனின் குழந்தைகள் அற்ற மனைவியிடம் அவள் உண்மையைத் தெரிவிக்கிறாள். அவளும் சிறுவனைத் தனது சொந்தப் பிள்ளையைப் போல நேசிக்கத் துவங்கி அவனையே முடிவில் தத்தெடுத்துக் கொள்கிறாள். இந்த உறவுப்பிணைப்பைப் பற்றியதே படம்.

1976இல் கலைத்துறையில் இவர் ஆற்றிய சாதனைக்காக இவருக்குப் பத்மஶ்ரீ விருது அளித்துக் கௌரவித்தது இந்திய அரசு. ஆனால் ராணுவத்தினர் மணிப்பூர் மக்களின் உரிமையைப் பறிப்பதைக் கண்டித்து 2001இல் பத்மஶ்ரீ விருதைத் திருப்பி அளித்தார் பிநோதினி தேவி.

இவரது 'இசை' என்ற சிறுகதை அவரது சொந்த வாழ்க்கையின் பிரதிபலிப்பு போலவே உள்ளது. இசையில் ஆர்வம் கொண்ட வயதான பெண் ஒருத்தி அடையும் அவமானத்தையும் நிராகரிப்பையும் இக்கதை அழுத்தமாகச் சொல்கிறது.

அரசகுடும்பத்தைச் சேர்ந்த அந்தப் பெண் இளவயதில் முறையாக இசை கற்றுக் கொண்டவள். அவளுக்காகவே அரண்மனையில் இசை நிகழ்வுகள் நடைபெறுகின்றன. அவள் பாடுவதற்காகச் சந்தர்ப்பங்களை உருவாக்கித் தருகிறாள் அவளது அம்மா. விழாக்களிலும் விருந்துகளிலும் மெய்மறந்து பாடுகிறாள். இசையில் ஆர்வம் கொண்ட குடும்பத்தில் அவளுக்குத் திருமணம் செய்ய ஏற்பாடு செய்கிறார்கள். ஆனால் குடும்பச் சுமை அவளை அழுத்தவே திருமணத்திற்குப் பிறகு பாட இயலவில்லை.

பிள்ளைகளை வளர்க்கிறாள். ஒருவருக்கும் இசையில் ஆர்வமில்லை. பேரன்கள் பிறக்கிறார்கள். அவர்களுக்கும் இசையே பிடிப்பதில்லை. இந்நிலையில் அந்தப் பாட்டிக்கு மீண்டும் ஒரு முறை பாடும் சந்தர்ப்பம் உருவாகிறது. அதற்காகத் தன்னைத் தயார்படுத்திக் கொள்கிறாள். நீண்ட நாட்களுக்குப் பிறகு பாடப் போகிற சந்தோஷம் அவளை உறக்கமற்றுப் போகச் செய்கிறது.

ஆனால் ஒத்திகைக்குக் கிளம்ப வேண்டிய நாளில் வீட்டைப் பார்த்துக்கொள்ள யாராவது ஒருவர் இருக்க வேண்டும் எனப் பாட்டியை வீட்டில் இருக்கச் சொல்கிறார்கள். பாட்டி மனம் உடைந்து போய்விடுகிறாள். அவளைச் சமாதானம் செய்ய மருமகள் தான் வீட்டில் இருப்பதாகச் சொல்கிறாள். ஆனால் வருத்தம் தீராத பாட்டி அவர்கள் விருப்பப்படி தானே வீட்டிலிருப்பதாகச் சொல்கிறாள் என்பதுடன் கதை முடிகிறது. அரசகுடும்பத்துப் பெண் என்றாலும் ஆசைகள் யாவும் நிறைவேறிவிடுவதில்லை. நிராகரிப்பும் வேதனையும் பொதுவானதே என்பதைப் பிநோதினி தேவி சுட்டிக்காட்டுகிறார்

இந்தியா 1947இல் சுதந்திரம் அடைந்தபோது மணிப்பூர் தனியாக இருந்தது. அரசரைத் தலைவராகக் கொண்டு தனக்கென ஒரு அரசியல் சாசனத்தை உருவாக்கிக்கொண்டது. அதன்பிறகு 1949இல் இந்தியாவுடன் இணைந்தது. 1956 முதல் 1972 வரை மணிப்பூர் யூனியன் பிரதேசமாக இருந்தது. பின்பு 1972இல் தனி மாநிலமானது.

மணிப்பூரில் வசிப்பவர்களில் பெரும்பாலானோர் மைத்தி இனத்தைச் சேர்ந்தவர்கள். மணிப்பூரி எனப்படும் மைத்தி மொழியைப் பேசுகிறார்கள். இது திபெத்— பர்மிய மொழிக்குடும்பத்தைச் சார்ந்த மொழியாகும். 1992 ஆம் ஆண்டில் இந்திய அரசின் மொழிகளில் ஒன்றாக மணிப்பூரி மொழி சேர்க்கப்பட்டது.

1958 முதல் அங்கே இந்திய இராணுவம் நிரந்தரமாகக் குடியிருக்கிறது. மணிப்பூரில் இராணுவத்தினால் பாதிக்கப்படாத குடும்பம் இல்லை எனலாம். 2000ஆம் ஆண்டு மலோம் என்னும் நகரில் ஒரு பஸ் நிறுத்தத்தில் நின்றுகொண்டிருந்த 10 பேரை ராணுவம் தீவிரவாதிகள் என்று சுட்டுக்கொன்றது. இதனைக் கண்டு வெகுண்டு எழுந் த இரோம் ஷர்மிளா ஆயுதப்படை சிறப்பு அதிகாரச் சட்டத்தை நீக்கக் கோரி அன்றிலிருந்து இன்று வரை உண்ணா நோன்பு இருந்து வருகிறார். அதைத் தற்கொலை முயற்சி என அரசு குற்றம்சாட்டி முடக்க முயன்றும் முடியவில்லை. முடிவற்ற போராட்டத்தினை இன்றும் தொடர்ந்து வருகிறார். இரோம் ஷர்மிளா. அவரது கவிதைகள் அமைதியின் நறுமணம் என்ற பெயரில் தமிழில் மொழியாக்கம் செய்யப்பட்டிருக்கின்றன.

பிநோதினி தேவி குறித்து சாகித்ய அகாதமி ஒரு டாகுமெண்டரி படத்தைத் தயாரித்துள்ளது. அதில் அவரது அரசகுடும்பப் பின்புலம் மற்றும் அவரது படைப்புகளின் பின்னுள்ள உண்மை சம்பவங்கள் விவரிக்கப்படுகின்றன.

பிநோதினி தேவிக்கு சாகித்ய அகாதமி பரிசு வாங்கித் தந்த Boro Saheb Ongbi Samalombi நாவல் சனதோபி என்ற இளவரசிக்கும் கிழக்கிந்தியக் கம்பெனி ஏஜென்டான மாக்ஸ்வெல் என்ற வெள்ளைக் காரனுமான காதலைப் பேசுகிறது. சனதோபி, பிநோதினி தேவியின் அத்தையாவார். ஆகவே அவரது வாழ்க்கை கதையைச் சுவாரஸ்யமான நாவலாக எழுதியிருக்கிறார்.

சனதோபி திருமணம் ஆனவள். மணிப்பூரில் கிழக்கிந்தியக் கம்பெனி வணிகம் தொடர்பாகக் கணவரை சந்திக்க வந்த மாக்ஸ்வெல்லுடன் அவளுக்கு நட்பு உருவாகிறது. அது காதலாக வளர்கிறது. இதைப் பற்றி அறிந்த சனதோபியின் கணவன் மாக்ஸ்வெல்லை எச்சரிக்கை செய்கிறான். தன்னால் பிரச்சினை ஏற்படக்கூடாது என மாக்ஸ்வெல் அங்கிருந்து இடம் மாறிப் போகிறான். இதனால் மனம் உடைந்துபோன சனதோபி துயரத்தில் ஆழ்ந்து போகிறாள். சில ஆண்டுகளுக்குப்பிறகு மாக்ஸ்வெல் மீண்டும் மணிப்பூருக்கு வந்து சேர்கிறான். கணவனை இழந்து நிற்கும் சனதோபியைப் பற்றி அறிந்து கொண்டு அவளுக்கு வாழ்க்கை தர முன்வருகிறான். அவர்கள் இருவரும் இணைந்து வாழத் துவங்குகிறார்கள். ஆனால் நாவலின் முடிவில் இங்கிலாந்து திரும்ப எத்தனிக்கும் மாக்ஸ்வெல் சனதோபியை விடுத்து தனியே புறப்படுகிறான். பிநோதினியின் இந்நாவல் மணிப்பூரி இலக்கியத்தின் முக்கிய நாவல்களில் ஒன்றாகக் கொண்டாடப்படுகிறது.

ஷாஜகானின் மூத்த மகளும், திருமணம் செய்து கொள்ளாமல் அரசாட்சியில் மன்னருக்குத் துணை நின்றவளும், மிகச் சிறந்த படிப்பாளியும், சூபி ஞான நெறியைப் பின்பற்றியவளுமான ஜஹானாரா பேகத்தோடு பிநோதினியை ஒப்பிடுகிறார்கள். இருவரும் தந்தையை அதிகம் நேசித்தவர்கள். பிநோதினி தனது தந்தையின் நினைவுகளைப் பற்றி The Maharaja's Household (Maharaj Churachandgi Imung) என்ற கட்டுரை நூலை எழுதியிருக்கிறார். அதில் வேட்டை, மன்னரின் நீதிபரிபாலனம், இரண்டாம் உலகப்போரில் நடந்த நிகழ்வுகள் யாவும் விவரிக்கப்பட்டுள்ளன

மணிப்பூரி நடனத்தையும் மரபான போர்க்கலை பயிற்சி முறைகளையும் ஒன்றிணைத்து பிநோதினி புதுவகை நடனத்தை உருவாக்கினார். இந்த நடனத்தை லத்தீன் அமெரிக்க நாடுகளுக்குக் கொண்டு போய் நிகழ்த்திக் காட்டினார். அது பெரும் வெற்றிபெற்றது. தனது லத்தீன் அமெரிக்கப் பயண அனுபவத்தை 'ஓ மெக்சிகோ' என்ற கட்டுரை நூலாக வெளியிட்டிருக்கிறார்.

பிநோதினி தேவியின் இன்னொரு கதையில் சலவைத் தொழிலாளி ஒருவன் தனது மனைவியின் வற்புறுத்தலால் சொந்த ஊரை விட்டு விருந்தாவனிற்கு மாறிப்போக எத்தனிக்கிறான். பெரியவர்களின் இந்த முடிவு சிறுமியான அவனது மகள் ராம்துலாலியை எப்படிப் பாதிக்கிறது என்பதை உணர்வுப்பூர்வமாக எழுதியிருக்கிறார்.

இரண்டாம் உலகப் போரின்போது இம்பாலாவைக் கைப்பற்ற நடந்த யுத்தம் பற்றியும் அதன் பாதிப்புகள் குறித்தும் பிநோதினி தேவி நிறையக் கட்டுரைகள் எழுதியிருக்கிறார். யுத்த காலத்தில் பர்மாவிலிருந்து உயிர் தப்பி வந்த மக்கள் எப்படிக் காலராவில் இறந்து போனார்கள் என்பதைப் பற்றிய செய்திகள் நெகிழச் செய்யக்கூடியவை. குறிப்பாக பிநோதினியின் கணவர் மருத்துவம் செய்யப் போனபோது இறந்து கொண்டிருந்த ஒருவன் தனது பெட்டி ஒன்றை அவரிடம் ஒப்படைத்தான். ஏதோ சொல்ல வருவதற்குள் அவன் இறந்து போய்விட்டான். அந்தப் பெட்டியை மருத்துவர் திறந்து பார்த்தபோது அவ்வளவும் பணம். அதைப் பிரிட்டிஷ் ராணுவ அதிகாரிகளிடம் ஒப்படைத்துவிட்டு அந்த மனிதனுக்கு இறுதிச்சடங்குகள் செய்தார் பிநோதினியின் கணவர். இது போலப் பல்வேறு உருக்கமான சம்பவங்களை பிநோதினி நினைவுகூர்ந்து எழுதியிருக்கிறார்.

மணிப்பூரிலுள்ள உழைக்கும் பெண்களின் உரிமைக்காகப் போராடியதுடன் சுற்றுச்சூழல் பாதுகாப்பிலும் பிநோதினி தீவிர அக்கறை காட்டி வந்தார் 2011இல் தனது 88 வயதில் பிநோதினி இறந்தபோது அவருக்கு அரசு மரியாதையுடன் இறுதிச்சடங்குகள் நடைபெற்றன.

'அரச குடும்பத்துப் பெண்ணாக என்னை ஒருபோதும் அடையாளம் காணவில்லை. மணிப்பூரி பெண்களில் ஒருத்தியாக, அதுவும் கலைகளை நேசிக்கக்கூடிய, இலக்கியத்தில்

தீவிர ஈடுபாடு கொண்ட ஒரு பெண்ணாகவே என்னை எப்போதும் உணர்ந்திருக்கிறேன். மகாராணியின் பேனா எப்போதும் மணிப்பூரி மக்களின் உரிமைக்காகவே குரல் கொடுத்திருக்கிறது என்றே எனது படைப்புகளைப் பற்றி விமர்சகர்கள் குறிப்பிடுகிறார்கள். எனது எழுத்து மணிப்பூரி இலக்கியத்தை நவீனமாக்கியது. மணிப்பூரி நடனத்திற்கு உலக அளவில் அங்கீகாரம் பெற்றுத் தந்ததே எனக்குப் பெருமை' என நேர்காணல் ஒன்றில் குறிப்பிடுகிறார் பிநோதினி தேவி.

சில்வியா பிளாத்தும், சிமோன் தெ பொவாவும், இசபெல் ஆலண்டேயும், அன்னா அக்மதேவாவும் தமிழ் இலக்கியத்திற்கு வந்து சேர்ந்துவிட்டார்கள். ஆனால் அதே குரலை ஒத்த பிநோதினி தேவியின் படைப்புகள் இன்றும் தமிழில் மொழியாக்கம் செய்யப்படவில்லை. அவரது படைப்புகள் அவசியம் தமிழில் மொழிபெயர்க்கப்பட வேண்டும். அதன் வழியாகத்தான் நாம் மணிப்பூரின் வரலாற்றையும், வாழ்க்கைப்பாடுகளையும், சமகால அரசியல் நெருக்கடிகளையும் உண்மையாக அறிந்துகொள்ள முடியும்.

காந்தியைப் பின்தொடர்பவர்கள்

ராஜாராவ் எனக்கு விருப்பமான எழுத்தாளர். ஆங்கிலத்தில் எழுதும் இந்திய எழுத்தாளர்களில் மிகவும் முக்கியமானவர். தத்துவப் பேராசிரியராக விளங்கியவர். இவரது 'பாம்பும் கயிறும்' என்ற நாவல் மிக முக்கியமானது. இந்த நாவலை சாகித்ய அகாதமி வெளியிட்டுள்ளது. இந்திய தத்துவத்தின் சரடினை மையமாகக் கொண்ட நாவலது. இந்தியாவைச் சேர்ந்த ராமா, அவரது பிரெஞ்சு மனைவி மதலேன், இருவருக்குமான காதல் உறவையும் மரணம் ஏற்படுத்தும் வலியையும் இந்நாவல் விவரிக்கிறது. ராஜாராவின் ஆங்கிலம் கவித்துவமானது.

பபானி பட்டாசார்யா எழுதிய Dream in Hawaii நாவல் ராஜாராவோடு ஒப்பிடப்படுகிறது. இரண்டும் நவீன மனிதனின் அகச்சிக்கலைப் பேசக் கூடியவை. மேற்கும் கிழக்கும் சிந்தனை மரபில் எப்படி மாறுபடுகின்றன என்பதைப் பேசுகின்றன. உலக அரங்கில் கொண்டாடப்பட்ட இந்தியா எழுத்தாளராக விளங்கினார் ராஜாராவ். அவரை விடவும் அதிக அளவில் கவனம் பெற்றவர் பபானி பட்டாசார்யா (Bhabani Bhattacharya).

பட்டாசார்யாவின் நாவல்கள் வங்காள சமூகத்தின் அரசியல் பொருளாதார

மாற்றங்களையும் பிரிட்டிஷ் ஆட்சியின் அவலத்தையும் அதிகம் பேசுகின்றன. ராஜாராவும் பபானியும் காந்தியத்தின் மீது பெரும் நம்பிக்கை கொண்டவர்கள். ராஜாராவின் 'காந்தபுரா' நாவல் காந்தியத்தின் தாக்கம் கிராமப்புறத்தில் எப்படி இருந்தது என்பதை பேசுகிறது.

பீகாரில் பிறந்த பபானி பட்டாசார்யா பாட்னா பல்கலைக்கழகத்தில் இளங்கலை பட்டம் பெற்றவர். லண்டனில் உயர்கல்வி முடித்து இந்திய வெளியுறவுத் துறை அதிகாரியாக அமெரிக்காவில் பணியாற்றியுள்ளார். சில காலம் ஹவாய் பல்கலைக்கழகப் பேராசிரியராகவும் பணியாற்றியது குறிப்பிடத்தக்கது

லண்டனில் படித்துக்கொண்டிருந்த காலத்தில் இடதுசாரிகளுடன் இணைந்து செயல்பட்டார். தீவிர கம்யூனிச சிந்தனைகள் கொண்டிருந்த வரை மாற்றியவர் தாகூர். காந்திய வழியில் அவரைத் திசைமாற்றம் செய்தார். லண்டனில் வசித்த நாட்களில் பபானியின் படைப்புகள் முக்கிய ஆங்கில இதழ்களில் வெளியாகின. பாரிஸ், பெர்லின், வார்ஸா, வியன்னா என ஐரோப்பிய நாடுகளில் சுற்றியலைந்து அதன் இலக்கியப் பாரம்பரியத்தைக் கற்று அறிந்தவர் பபானி.

பபானி தாகூரின் நெருங்கிய நண்பராக இருந்தார். அவரது ஆலோசனையின்படியே ஆங்கிலத்தில் நாவல்கள் எழுதத் துவங்கினார். சமூக மாற்றத்தை உருவாக்குவதற்கு இலக்கியம் பெரிதும் உதவ வேண்டும் என்ற நம்பிக்கை கொண்டிருந்தார். இவரது நூல்கள் 26 மொழிகளில் வெளியாகியுள்ளன, சாகித்ய அகாதமி பரிசு பெற்ற இவரது புகழ்பெற்ற நாவலான 'லடாக்கிலிருந்து கவிழும் நிழல்' தமிழில் வெளியாகி உள்ளது. சா.தேவதாஸ் இந்த மொழிபெயர்ப்பிற்காக சாகித்ய அகாதமி விருது பெற்றுள்ளது குறிப்பிடத்தக்கது.

இந்தியாவிற்கும் சீனாவிற்குமான யுத்தத்திற்கு லடாக் எப்படி மையமாக உருவானது என்பதை முதன்மைபடுத்துகிறார் பபானி. நாவல் காந்தியத்திற்கும் இயந்திரமயமாவதற்கும் இடையில் ஏற்படும் பிரச்சினையைப் பேசுகிறது. ஒரு பக்கம் காந்தியவாதியான சத்யஜித் சென். எதிர்நிலையில் பாஸ்கர் ராய் என்ற இளம்பொறியாளர். அவர் இரும்புத் தொழிற்சாலையை உருவாக்க முனைகிறார். அதற்குத் தடையாக உள்ள காந்திகிராமத்தை அழித்தொழித்து புதிய திசையை நோக்கி இந்தியாவைக் கொண்டு செல்ல முயற்சிக்கிறார்.

நாவலின் துவக்கத்தில் தாகூரின் சாந்திநிகேதனில் சத்யஜித் பணியாற்றுகிறார். செம்மண் பூமியும் சீறியடிக்கும் காற்றும் நீரோடைகளும் கொண்ட நிலப்பகுதியது. பழந்தோட்டங்களும் நறுமணம் வீசும் பூக்களும் மூலிகைச் செடிகளும் சேர்ந்து அந்தச் சூழலை ரம்மியமாக வைத்திருந்தன. மரத்தடியில்தான் வகுப்புகள் நடைபெறுகின்றன. நாணல் விரிப்பில் மாணவர்கள் அமர்ந்து பாடம் கேட்டார்கள். திடீரென பறவையின் குரல் கேட்கும்போது படிப்பு நின்றுபோய்விடும். மாணவர்கள் பறவையின் பாடலை ரசித்துக் கேட்பார்கள். அவ்வளவு இயற்கையுடன் இணைந்த கல்வி நிலையமது. சாந்திநிகேதன் உள்ளே ஒரு அழகிய கோயிலும் இருந்தது. ஆனால் அங்கே எந்த உருவமும் கிடையாது. சூரிய வெளிச்சம் மட்டுமே உள்ளே வருவது போல உருவாக்கப்பட்டிருந்தது. சாந்திநிகேதன் கல்வி நிலையம் மட்டுமில்லை, கிராமவளர்ச்சியிலும் அது பங்காற்றியது என அந்த உலகை பபானி முழுமையாகக் காட்சிபடுத்தியிருக்கிறார்.

சுருச்சி என்ற இளம்பெண்ணை அங்கே சத்யஜித் சந்திக்கிறார். அவளும் இன்னொரு பெண்ணும் சேர்ந்து கொண்டு வாழ்த்து அட்டைகளைக் கிராமத்து சிறுவர்களுக்குப் பரிசாக தருவதை வழக்கமாக வைத்திருந்தார்கள். அதற்காகப் பழைய கிறிஸ்துமஸ் வாழ்த்து அட்டை ஏதாவது இருந்தால் வேண்டும் எனக்கேட்டு சுருச்சி அவரைச் சந்திக்கிறாள். கண்டவுடன் அவள் மீது காதல் கொள்கிறார். அவளிடம் எப்படித் தன் காதலைத் தெரிவிப்பது எனத் தெரியாமல் தவிக்கிறார். சேர்ந்திசை பாடல் பாடும் நேரத்தில் அவளையே பார்த்துக் கொண்டிருக்கிறார். இரண்டு மாதங்கள் இப்படியே கழிகின்றன.

முடிவில் ஒருநாள் அவளிடம் தன்னுடைய காதலைத் தெரிவிக்கிறார். அவளும் ஏற்றுக்கொள்கிறாள். ஆனால் இருவரும் வேறு வேறு சாதியைச் சேர்ந்தவர்கள் என்பதால் தயக்கம் ஏற்படுகிறது. அவர்களின் கலப்புத் திருமணத்தை தாகூர் நடத்தி வைக்கிறார். தாகூரின் விருப்பத்திற்குரிய மரஇல்லத்தில் அவர்கள் புதுவாழ்வைத் துவக்குகிறார்கள்.

சாந்திநிகேதனுக்கு வருகை தரும் காந்தி சத்யஜித்தை வார்தாவிலுள்ள தனது சேவாகிராமத்திற்கு வந்து சேவை செய்யும்படி அழைக்கிறார். காந்தியின் கட்டளையை ஏற்று சேவா கிராமத்திற்குப் புதுமனைவியுடன் குடிபோகிறார்.

சேவாகிராமத்தில் மக்களுக்கு கற்பிக்க முயலக்கூடாது. அவர்களுடன் ஒருவராக ஆகிவிடவேண்டும். செயலின் மூலமாகவே அவர்களை எட்ட வேண்டும் என்று காந்தி ஆலோசனை கூறியிருந்தார். அதன்படி சத்யஜித் சிறிய மண் வீட்டில் குடியிருக்கத் துவங்குகிறார். அவர்களின் எளிய வாழ்வு ஆரம்பமாகிறது. லட்சியவாதம் அவர்களை எவ்வாறு கொண்டு செல்கிறது என்பதை பபானி அழகாக விவரிக்கிறார்.

திருமணத்திற்குப் பிறகும் காந்தியவாதிகள் பிரம்மசாரிகளைப் போலவே வாழ வேண்டும் என நினைக்கும் சத்யஜித் உடலுறவை ஒதுக்குகிறார். தனக்கு ஒரு மகள் போதும், இன்னொரு குழந்தை வேண்டாம் என மனைவியின் ஆசையை நிரகாரிக்கிறார். ஆனால் அவள் பல குழந்தைகளைப் பெற்றுக் கொள்ள வேண்டும் என ஆசைப்படுகிறாள். அதை அறிந்த சத்யஜித் அதற்கு நீ வேறு ஒரு திருமணம் செய்துகொள் என ஆலோசனை தருகிறார். அவள் அந்த யோசனையை ஏற்றுக்கொள்ளவில்லை. அந்த அளவு காந்தியக் கருத்துகள் அவருக்குள் ஆழமாக வேரூன்றியிருக்கின்றன.

இவருக்கு நேர் எதிரான மனிதர் பாஸ்கர் ராய். அமெரிக்க வாழ்வை விடுத்து இந்தியாவில் தொழில்புரட்சியை ஏற்படுத்த விரும்புகிறார். இயந்திரமயமாக்கலும் துரித தொழிற்வளர்ச்சியும் இல்லாமல் போனால் இந்தியா வளரமுடியாது என உறுதியாக நம்புகிறார். இதற்காக இரவு பகல் பாராமல் உழைக்கிறார். இந்த நெருக்கடிக்குப் பின்புலமாக சீனா லடாக்கிற்குள் தனது ராணுவத்தைக் கொண்டு வந்ததையும் இந்திய & சீன நல்லுறவு சீர்கெடத் துவங்கியதையும் பபானி விவரிக்கிறார்.

இந்த இரண்டு தேசங்களையும் இமயமலை பிரித்து வைத்துள்ளது. காலம் காலமாக இரண்டு பக்கமும் சீரான உறவு ஏற்படவில்லை என உலக சமாதானக் கருத்தரங்கில் ஒருவர் பேசும்போது அது தவறானது. இமயத்தைக் கடந்து எப்போதும் சீனாவை இந்தியா நேசித்திருக்கிறது. தாகூர் சீனாவிற்குச் சென்றிருக்கிறார். சீனக்கலைகளைக் கற்றுத் தர சாந்திநிகேதனில் தனிப்பிரிவு அமைத்திருக்கிறார். சீனநூல்களைத் தனது நூலகத்தில் கொண்டுவந்து சேகரித்திருக்கிறார். சீனர்களும் இந்தியர்களும் சகோதரர்கள். அவர்கள் ஒன்று சேர விடாமல் சில நாடுகள் சதி செய்கின்றன என்கிறாள் சுருச்சி. அவள் இந்தியாவின் சார்பில் உலக சமாதானப் பதாகை ஏந்தி

வந்திருக்கிறாள். சத்யஜித்தின் குரலாகத் தான் ஒலிக்க வேண்டும் என விரும்புகிறாள்.

காந்தி கிராமமும் எஃகு நகரும் இந்தியாவின் இரண்டு முகங்கள். இதில் எது தேவையானது, எதற்கு முக்கியத்துவம் தர வேண்டும் என்பதை பபானி நாவல் முழுவதும் விவாதிக்கிறார். ஒருவகையில் நேருவிற்கும் காந்திக்குமான முடிவற்ற உரையாடல்களின் மாற்று வடிவம் போலவும் இந்த நாவலைக் கருதலாம்.

சிருச்சி மறக்கமுடியாத பெண். அவள் லட்சியவாதத்தைக் கடைசி வரை விடுவதேயில்லை. ஒரு பெண்ணாக அவள் காந்தியை வேறுவிதத்தில் புரிந்து வைத்திருக்கிறாள். அதை நடைமுறைப்படுத்துகிறாள். அவளது அடுத்த தலைமுறைப் பிரதிநிதி அவளது மகள் சுமிதா. அவர்களின் விருப்பமும் செயல்பாடுகளும் வேறுவிதமாக உள்ளன.

காந்தி கிராமம் என்பது இருநூறு மண்குடிசைகள் கொண்ட சிறிய உலகம். சமத்துவம், சகோரத்துவம் நிரம்பிய உலகமது. அர்ப்பணிப்பு மிக்க மனிதர்கள் ஒன்றாக இணைந்து வாழ்ந்தார்கள். அங்கே குழந்தைப் பருவத்திலிருந்தே ஒழுக்கம் முதன்மையாக வலியுறுத்தப்பட்டது. காந்தியமுறையில் எளிமையாக வாழ்ந்தார்கள். காந்தி கிராமத்தில் பாலுணர்வு குறித்த பேதம் கிடையாது. ஒருமுறை அதில் சிறிய தவறு ஏற்பட்ட போது சத்யஜித் அதற்குத் தண்டனையாக ஐந்து நாட்களாக உபவாசமிருக்கிறார். சம்பந்தப்பட்ட பெண் அங்கிருந்து வெளியேறி எஃகு தொழிற்சாலையில் தொழிலாளி ஆகிவிட்டாள்.

காந்தியின் கணிப்பில் இந்திய விடுதலை என்பது இறுதி நோக்கமில்லை. அது ஓரடி முன்னகர்வு மட்டுமே. இந்தியாவை ஒட்டுமொத்தமாக மேம்படுத்த வேண்டும். ஏழைகளின் கண்ணீரைத் துடைக்க வேண்டும் என்பதே அவரது கனவு. அதையே காந்தி விரும்பினார். இந்த மாற்றத்தை புது டெல்லியில் அமர்ந்து கொண்டு சாதித்துவிட முடியாது என்பதை காந்தி உணர்ந்திருந்தார். ஆகவேதான் ஊர் ஊராகச் சுற்றியலைந்தார் என ஒரு இடத்தில் சத்யஜித் சொல்வது மறக்க முடியாதது.

அதுபோலவே சீனாவின் மக்கள் குடியரசை அங்கீகரித்த கம்யூனிஸ்ட் இல்லாத முதல் நாடு இந்தியா.

சீன ஆட்சியாளர்களிடம் இந்த நினைவுகள் மறைந்து போயிருந்தாலும் சீன மக்களின் பிரக்ஞையில் எங்கோ ஓரிடத்தில் தங்கியிருக்கவே செய்யும் என்று மற்றொரு இடத்தில் குறிப்பிடுவது நிதர்சனமான உண்மை.

தொழிற்சாலைகளை இராட்டைகளால் வென்றுவிட முடியாது என பாஸ்கர் ராவ் கருதுகிறார். ஆனால் தொழிற்துறை தனது இலக்கை எட்டியதும் நாம் இராட்டைக்குத் திரும்பிப் போய்விடலாமா என ஒருவர் கேள்வி கேட்கும்போது அது ஒருபோதும் முடியவே முடியாது. தொழில் மயம் மட்டுமே இந்தியாவைக் காப்பாற்றும் என்கிறார்.

ஒழுக்கமும் ஒழுங்கீனமும் சேர்ந்தே வாழ்க்கைக்கு சுவை அளிக்கின்றன. இரண்டும் நமக்குத் தேவைதான் என்கிறார் பாஸ்கர். அதை சுமிதா ரசிக்கிறாள். அவர்களுக்குள் உறவு ஏற்படுகிறது.

நாவல் உருமாறும் இந்தியாவின் முகத்தைப்பற்றிப் பேசுகிறது. ஐம்பது ஆண்டுகளுக்கு முந்தைய வாழ்க்கை காட்சியது. இன்று நாவலில் பேசப்பட்டதைவிடப் பலமடங்கு அதிகமாக இந்தியா தொழில்துறையில் முன்னேறியிருக்கிறது. ஆனால் காந்தியக் கருத்துகள் பெரிதும் கைவிடப்பட்டு சிறிய கிராமப்புற இயக்கமாக சுருங்கிவிட்டது. காந்தியத்தை இந்தியா எதிர்கொண்ட விதத்தை சித்தரித்த விதத்தில் இந்த நாவல் முக்கியமான ஒன்றே.

So Many Hungers என்ற பபானியின் அடுத்த நாவல் வங்கத்தில் பிரிட்டிஷ் ஆட்சியாளர்கள் உருவாக்கிய பஞ்சத்தைப் பற்றிப் பேசுகிறது. தானியங்களைப் பதுக்கி வைத்துக்கொண்டு கள்ளச்சந்தையை உருவாக்கிய பிரிட்டிஷ் ஆட்சியாளர்கள் எப்படி ஒரு செயற்கைப் பஞ்சத்தை உருவாக்கினார்கள், இதன் காரணமாக ஏழை எளிய விவசாயிகள் எவ்வாறு பாதிக்கப்பட்டார்கள், வணிகர்கள் கள்ளச்சந்தையை பயன்படுத்தி எப்படிக் கொள்ளை லாபம் அடித்தார்கள் என்பதை இந்நாவல் விவரிக்கிறது.

கொல்கத்தாவில் வசிக்கும் வழக்கறிஞரான சமரேந்திர பாசு Cheap Rice Limited என்ற வணிக நிறுவனத்தை துவங்கி தானியங்களை விற்க ஆரம்பிக்கிறார். அதில் கொள்ளை லாபம் கிடைக்கிறது. இன்னொரு பக்கம் பிரிட்டிஷ் ஆட்சியின் கொடுமையால் கிராமத்து விவசாயிகள் பஞ்சத்தால்

கஷ்டப்படுகிறார்கள். காட்டுக் கொடிகளையும், கிழங்கையும் தின்று உயிர்வாழ வேண்டிய நிலை ஏற்படுகிறது. இதனால் ஊரை விட்டு வெளியேறிப் போக வேண்டிய நெருக்கடி உருவாகிறது.

இதற்கிடையில் ஏழைப் பெண் கஜோல் ராணுவவீரன் ஒருவனால் கெடுக்கப்படுகிறாள். அவள் கர்ப்பிணியாக கொல்கத்தாவில் அலைகிறாள். வாழ்க்கை நெருக்கடி அவளை வேசியாக்க முயற்சிக்கிறது. ஆனால் மன உறுதியோடு அதை மறுத்து விலகிப் போகிறாள். கொல்கத்தா நகரில் பஞ்சத்திற்காகப் புகலிடம் தேடி வந்தவர்களுக்கு முகாம்கள் உருவாக்கப்படுகின்றன. அதில் மக்கள் உணவிற்காக அடித்துக் கொள்கிறார்கள். பசி பசி பசி என நாவல் முழுவதும் பசிதான் மையப்படிமம்.

அதிகாரத்தை அடைவதற்கான பசி. காமப்பசி, வயிற்றுப்பசி என பல்வேறு பசிகளை இந்த நாவல் விவாதிக்கிறது. இரண்டாவது உலகயுத்தத்தின் பாதிப்பு கொல்கத்தாவில் எப்படி இருந்தது என்பதையும் இந்நாவல் சுட்டிக் காட்டுகிறது.

பஞ்சத்தில் இறந்துபோன குழந்தையைப் புதைக்க வழியற்ற தாயின் கதை. உணவிற்காக நாயுடன் சண்டையிட்ட பெண்ணின் கதை. கூட்டமாக மக்கள் உணவகத்தை தாக்கி கொள்ளையடித்த கதை. பஞ்சக்காலத்தில் நடந்த திருமணம். தானிய மோசடிகள் என இந்நாவல் ஒரு காலகட்டத்தின் சாட்சியம் போல் எழுதப்பட்டிருக்கிறது.

பஞ்ச காலத்தில் கூட மக்கள் பிரிட்டிஷ் அரசை வெறுக்கவில்லை. கடவுள்மீது பாரத்தைப் போட்டு அதை ஏற்றுக் கொண்டார்கள். அந்த சகிப்புத்தன்மையைத் தன்னால் புரிந்து கொள்ள முடியவில்லை என பபானி ஒரு நேர்காணலில் குறிப்பிடுகிறார்.

He who Rides a Tiger நாவல் அவரது மகத்தான படைப்பாகப் கருதப்படுகிறது. காளியின் நவீன வடிவம் போலவே நாவலின் நாயகி சந்திரலேகா உருவாக்கப்பட்டிருக்கிறாள். சந்திரலேகா அம்மாவை இழந்தவள். அவளது தந்தை அவளை இங்கிலீஷ் கான்வென்டில் படிக்க அனுப்பி வைக்கிறார். அங்கே தீண்டத்தகாதவள் என சாதியைக் காரணம் காட்டி அவமானப்படுத்தப்படுகிறாள். அவள் இரும்பு அடிக்கும் காமர் இனத்தைச் சேர்ந்தவள் என்பதால் தாழ்ந்த சாதியாகக் கருதப்படுகிறாள்.

ஒரு நாள் அவளது தந்தை பூமியில் புதைந்து கிடந்தலிங்கம் ஒன்றைக் கண்டெடுக்கிறார். அதற்குத் தானே பூசாரி என்று கூறி அந்த சிவலிங்கத்திற்குப் பூஜைகள் செய்ய ஆரம்பிப்பதுடன் ஆருடம் சொல்லத் துவங்குகிறார்.

இதனால் அவரது சாதி அடையாளம் உருமாறுகிறது. பிராமண பூசாரியைப் போல நடந்து கொள்ள ஆரம்பிக்கிறார். நீதிபதிகூட அவரது காலில் விழுந்து வணங்கி ஆசிர்வாதம் கேட்கும்போது தீண்டத்தகாத சாதியாக ஒதுக்கப்பட்டதற்குத் தான் பழிதீர்த்துக் கொண்டது போலவே உணருகிறார்.

இந்தியாவில் எவர் வேண்டுமானாலும் காவியுடை அணிந்து தன்னைப் புனிதராக மக்களை நம்ப வைக்கமுடியும். மக்களும் அவரை நம்பி ஏமாறுவார்கள். ஆனால் பசித்தவனுக்கு உணவு கேட்டால் தர மறுப்பார்கள். இந்த முரணைத்தான் பபானி தனது நாவலில் சுட்டிக்காட்டுகிறார்.

பஞ்சத்தில்கூட சாதி வேறுபாடு நிலவியது. குப்பையில் கிடக்கும் உணவைச் சாப்பிட உயர்சாதியினர் தயங்கினார்கள். முகாமில் கூட அனைவரும் ஒன்றாகச் சாப்பிட அமரவில்லை என்கிறார் பட்டாச்சார்யா.

பஞ்சம் ஏழைகளைக் கொல்லக்கூடியது. ஆனால் பணக்காரர்களை வாழ வைக்கக் கூடியது. தானியங்களைப் பதுக்கி வைத்திருப்பவர்கள் கொள்ளை லாபம் சம்பாதிக்கலாம் என்பதை இந்த நாவலிலும் பபானி எடுத்துக்காட்டுகிறார்.

A Goddess Named Gold பபானியின் நான்காவது நாவல். இந்திய மக்கள் தங்கத்தின் மீது கொண்டுள்ள வெறியைப் பற்றியது. ஒவ்வொரு ஆளும் ஒரு பவுன் தங்கமாவது தன்னோடு வைத்துக் கொள்ள வேண்டும் என நாவலில் ஒரு கதாபாத்திரம் கூறுகிறது. அதிலும் குறிப்பாக, பெண்கள் தங்க நகைக்காக எப்படி எல்லாம் போராடுகிறார்கள் என்பதை விளக்குகிறார். நாவல் சிறிய வங்காள கிராமத்தில் நடக்கிறது.

அங்கே துணிக்கடை வைத்துள்ள ஒரு வணிகன் துணிவரத்து இல்லை என்று சொல்லி கள்ளச்சந்தையை உருவாக்குகிறான். துணி கிடைக்காமல் சணலைத் தைத்து உடையாக அணிந்து கொள்கிறார்கள். அந்த ஊரில் தேர்தல் நடைபெற உள்ளது. அந்த வணிகன் தேர்தலில் போட்டியிட முனைகிறான். இதற்காக இலவசமாக சினிமா காட்டுகிறான். ஆனால் பெண்கள் சினிமா பார்க்க அவன் அனுமதிப்பதில்லை.

சினிமா பார்த்த பாவம் போக பஜனை நடக்கிறது. அதில் பித்தளையைத் தங்கமாக்கும் ரகசிய தாயத்து இருப்பதாக அறிவிக்கப்படுகிறது. அந்த தாயத்தைப் பலரும் போட்டி போட்டு வாங்குகிறார்கள். ஆனால் தாயத்து பித்தளையைத் தங்கமாக்கவில்லை. ஏமாந்து போகிறார்கள். இந்த நாவலின் முக்கிய கதாபாத்திரமான மீரா தங்கத்தை விரும்பவில்லை. கிடைப்பதைக் கொண்டு வாழ வேண்டும் என்று கூறுகிறாள்.

இந்தியக் கிராமங்களைப் பீடித்துள்ள அறியாமை மற்றும் சாதியக் கொடுமைகளைத் தனது நாவலில் தொடர்ந்து கடுமையாக விமர்சிக்கிறார் பபானி பட்டாசார்யா. இவரது நாவல்கள் நினைவோடை உத்தியாகவும் திரைப்படத்தைப் போல பிளாஷ்பேக் உத்தி மூலமும் விவரிக்கப்படுகின்றன. கதாபாத்திரங்களின் மனநிலையைத் துல்லியமாக பபானி வெளிப்படுத்துகிறார். கதாபாத்திரங்கள் பெரிதும் லட்சிய வாதிகளாக இருப்பதால் உரையாடல்களில் பெருமளவு விவாதங்களாக உள்ளன.

இந்திய & சீனயுத்தம் குறித்து பபானி பட்டாசார்யாவைத் தவிர வேறு யாரும் நாவல் எழுதியிருப்பதாகத் தெரியவில்லை. குறிப்பாக, சீனாவிற்கும் இந்தியாவிற்குமான உறவு பண்பாட்டு ரீதியானது. அது அரசியல் காரணங்களுக்காக இன்று எதிர் நிலையாகி வருவது வேதனை அளிக்கிறது என பபானி கூறுவது சரியான அவதானிப்பு. இன்றைய தலைமுறை மீண்டும் காந்தியின் மீது கவனம் குவிய ஆரம்பித்துள்ள சூழலில் இது போன்ற நாவல்கள் வாசிக்கப்படுவதற்கான முக்கிய பிரதிகளில் ஒன்றாகிறது. அவ்வகையில் பபானி பட்டாசார்யாவின் எழுத்து காந்திய காலத்தின் அரிய ஆவணமாகவே காட்சியளிக்கிறது.

பெயர்கள்கூட சொந்தமில்லை

பதினைந்து ஆண்டுகளுக்கு முன்பாக ஒரிய எழுத்தாளர் ரிஷிகேஷ் பாண்டாவின் சிறுகதைகளை 'ஏழு கார்ட்டூன்களும் ஒரு வண்ண ஓவியமும்' எனத் தமிழ்நாடன் மொழியாக்கம் செய்திருந்தார். சிறந்த சிறுகதைகளின் தொகுப்பு. இப்போது அந்நூல் அச்சில் இல்லை என்று நினைக்கிறேன். அந்தத் தொகுப்பே ஒரிய இலக்கியத்தின் மீது எனது கவனம் உருவாக முக்கிய காரணமாயிருந்தது.

ஒரிய மொழியின் முதல் நாவலாகக் கருதப்படுவது 1888இல் பிரசுரமான பத்மமாலி. ஆனால் முதல் யதார்த்த நாவலை எழுதியவர் ஃபகீர் மோகன் சேனாபதி. இந்நாவல் ஆங்கிலத்தில் Six Acres and a Third என நேஷனல் புக் டிரஸ்ட் வெளியிட்டிருக்கிறது. ஏழை நெசவாளி பகியாவின் நிலத்தை ஒரு ஜமீன்தார் எப்படி அபகரித்துக்கொள்கிறான் என்பதே கதை. இதில் ஜமீன்தார் மங்கராஜின் கதாபாத்திரம் அழுத்தமாக உருவாக்கப்பட்டுள்ளது. பேராசை, பொறாமை, முன்கோபம், வெறிச்செயல் என யாவும் ஒன்று கலந்த மங்கராஜ் எப்படி ஜமீன்தார் ஆகிறான், முடிவில் அவன் எப்படி ஏமாற்றப்பட்டு சிறைக்குப் போகிறான் என்பதை சேனாபதி பகடியாக விளக்குகிறார்.

ஒரு கிராமத்து பெரியவரின் முன் அமர்ந்து கதை கேட்பது போலவே நாவல் எழுதப்பட்டிருக்கிறது. காலனிய ஆட்சியின் போது ஜமீன்தார்கள் எப்படி நடந்து கொண்டார்கள் என்பதை விளக்குவதால் இந்த நாவல் மிக முக்கியமானது என இலக்கிய விமர்சகர்கள் கூறுகிறார்கள்.

ஒரிய இலக்கியத்தில் எனக்கு மிகவும் விருப்பமான நாவல் நீலமலை. சுரேந்திர மொகந்தி எழுதியது. பூரி ஜெகனாதர் ஆலயத்தின் தேரோட்டத்தை முதன்மையாகக் கொண்டு இஸ்லாமியப் படையெடுப்பிலிருந்து அக்கோவில் எப்படிக் காப்பாற்றப்பட்டது என்பதை சுரேந்திர மொகந்தி இரண்டு நாவல்களாக எழுதியிருக்கிறார். அதில் முதல் நாவல் நீலமலை. ஒரு கோவிலின் வரலாற்றை இத்தனை விரிவாக யாரும் எழுதியதில்லை. சுரேந்திர மொகந்தி சுதந்திரப் போராட்டக்காலம் குறித்தும் நாவல் எழுதியிருக்கிறார். இரண்டுமுறை ராஜ்யசபா உறுப்பினராகப் பணியாற்றியுள்ள மொகந்தி ஒரிய நாவலாசிரியர்களில் மிக முக்கியமானவர்.

ஒரிசா பழங்குடி மக்கள் அதிகம் வாழும் மாநிலம். குறிப்பாக, கோராபுட் மாவட்டம் முழுவதும் பழங்குடி மக்களே வசிக்கிறார்கள். நான்கு ஆண்டுகளுக்கு முன்பு அங்கே சென்றிருந்தேன். மாவோயிஸ்டுகளின் பிடியில் உள்ள பகுதி என அரசு தரப்பினர்கள் பயந்து போய் இம்மாவட்டத்தை ஒதுக்கி வைத்துள்ளார்கள். இம்மாவட்டத்தில் அரசாங்க உயரதிகாரிகள் பலரும் அரசு வாகனங்கள் எதையும் பயன்படுத்துவதில்லை. காரணம் தீவிரவாதிகள் கண்ணிவெடி புதைத்து வைத்திருக்கிறார்கள் என்ற பயமே. ரயில், பஸ் போன்ற பொது வாகனங்களையே பயன்படுத்துகிறார்கள்.

கோராபுட் மாவட்டத்தில் ஐந்து லட்சத்திற்கும் மேலாக பழங்குடி இன மக்கள் வசிக்கிறார்கள். இவர்களின் வாழ்விடத்திற்குச் சென்று பார்த்தேன். மிக எளிமையான வீடுகள். குறைவான மாணவர்களே கல்வி பயில்கிறார்கள். அரசுப் பள்ளி ஒன்றிற்குச் சென்றிருந்தேன். அது ஒரு உறைவிடப்பள்ளி. ஆனால் விடுதி கிடையாது. ஆகவே வகுப்பறையிலே மாணவர்கள் தங்கிப் படித்துவந்தார்கள். அந்த மாணவர்களிடம் படித்து முடித்து என்ன ஆகப்போகிறீர்கள் எனக் கேட்டதற்கு, பலரும் வனத்துறை அதிகாரி என்றார்கள். மாணவிகள் டீச்சராகப் போவதாகச் சொன்னார்கள். வேறு வேலைகள் எதையும் பற்றி அவர்கள் அறிந்திருக்கவேயில்லை.

பன்னாட்டு நிறுவனங்களின் கொள்ளைக்காக பூர்வீகக் குடிகளின் வாழ்விடங்களையும் வாழ்வாதாரத்தையும் அழித்தொழிக்கும் கொடுமை இந்தியாவில் தொடர்ந்து நடந்து வருகின்றன.

பழங்குடிமக்களுக்கு வாழ்நிலம் என்பது வெறும் மண்ணில்லை. அது ஒரு அடையாளம். தங்களின் வாழ் நிலத்தில் மூதாதையர்கள் அரூபமாக வாழ்வதாக நம்புகிறார்கள். ஒவ்வொரு பழங்குடியும் தம்முடைய மூதாதையர் வரலாற்றை வாய்மொழிக் கதைப் பாடலாகவும், பழமரபுக் கதைகளாகவும் அடுத்த தலைமுறைக்குக் கடத்துகிறார்கள்.

பிரிட்டிஷ் காலனிய ஆட்சிக்கு முன்பாக பழங்குடிகளின் வசிப்பிடங்களை அந்தந்தப் பகுதிகளின் ஜமீன்தார்களே நிர்வாகம் செய்து வந்தார்கள். பிரிட்டிஷ் ஆட்சியின்போது வெளி ஆட்களைக் கொண்டு வந்து நிர்வாகிகளாக நியமிக்கும் முறை அறிமுகமானது. குறிப்பாக, ஒரிசாவில் குல்தான் இனத்தைச் சேர்ந்தவர்களைக் கொண்டு பழங்குடிகளின் நிர்வாக அதிகாரிகளாக நியமித்தார்கள். இதனால் பெரிய மோதல்கள் நடைபெற்றன. அப்போதே மலையில் இருந்து கொண்டு பழங்குடிகள் துரத்தப்படத் துவங்கினார்கள். பழங்குடிமக்கள் நேரடியாக சாராயம் விற்கக்கூடாது எனத் தடுத்து விற்பனை உரிமையை பார்சி வணிகர்களுக்கு அளித்தது பிரிட்டிஷ் அரசு. இதனால் பெரும்பான்மை பழங்குடி மக்கள் குடிக்காக உடைமைகளை இழந்தார்கள். இன்னொரு பக்கம் கடன் தொல்லை. குறைந்த தொகையைக் கடனாகக் கொடுத்துவிட்டு அவர்களின் குடும்பத்தையே அடிமையாக்கிக் கொண்டது நடந்தேறியது.

இந்தத் தொடர் கொடுமைகள் காரணமாக கோ, ஓரேயோன், கோல், சந்தால், முண்டா, கோண்டு போன்ற பழங்குடி மக்களின் இயல்பு உருமாறத் துவங்கியது. அவர்கள் ஆயுதம் ஏந்திப் போராடத் துவங்கினார்கள். அப்படியும் அவர்களுக்கான நீதி கிடைக்கவேயில்லை. இன்றைக்கும் மலைவளம் கொள்ளை போகிறது என்றே பழங்குடிகள் போராடுகிறார்கள்.

கடந்த சுமார் ஐந்து ஆண்டுகளில் சத்தீஸ்கர், ஜார்க்கண்ட், ஒரிசா, மேற்கு வங்கம் ஆகிய மாநிலங்களின் அரசுகள் பெருந்தொழில் நிறுவனங்களுடன் நூற்றுக்கணக்கான

புரிந்துணர்வு ஒப்பந்தங்களில் கையெழுத்திட்டுள்ளன. இவற்றின் பண மதிப்பு பல்லாயிரம் கோடி. எஃகு உருக்காலைகள், இரும்புத் தொழிற்சாலைகள், மின் உற்பத்தி நிலையங்கள், அலுமினியச் சுத்திகரிப்பு ஆலைகள், அணைகள், சுரங்கங்கள் முதலியவற்றை நிறுவுதல் தொடர்பானவை இவ்வொப்பந்தங்கள். பழங்குடி மக்களை அப்புறப்படுத்தினால்தான் இவற்றின் மூலம் வருவாய் கிடைக்கும். ஆகவே பழங்குடி மக்களைக் காட்டை விட்டுத் துரத்தும் பணி வேகமாக நடைபெற்று வருகிறது என எழுத்தாளர் அருந்ததி ராய் தனது தோழர்களின் போராட்டக் களத்தில் நான் என்ற கட்டுரையில் குறிப்பிடுகிறார்.

நியமகிரியிலிருந்து அலுமினியத் தாது எடுப்பதற்கான ஒப்பந்தம் வேதாந்தா நிறுவனத்திற்கு அளிக்கப்பட்டுள்ளது. இதனால் லாஞ்சிகர் என்ற இடத்தில் ரூ 4,500 கோடி முதலீட்டில் பெரிய தொழிற்சாலையை வேதாந்தா உருவாக்கியிருக்கிறது. இந்த மலையில்டோங்கரியா, கோண்டு மற்றும் குட்டியா கோண்டு பழங்குடியினரும் பூர்வீகமாக வசித்து வருகிறார்கள். அவர்களை வெளியேற்ற நினைக்கும் இம்முயற்சிக்கு எதிராகத் தொடர்ந்து போராட்டம் நடந்துவருகிறது.

நான் அந்தப்பகுதியைக் கடந்து சென்றபோது பழங்குடி மக்களில் ஒருவர்கூட இத்திட்டத்தை ஆதரிக்கவில்லை என்பதுடன் அவர்கள் கடுமையான ஒடுக்குமுறைகளுக்கு உள்ளாக்கப்பட்டிருப்பதையும் அறிந்தேன்.

அடிப்படை வசதிகள் இல்லாத கிராமங்களில்தான் பழங்குடி மக்கள் வசிக்கிறார்கள். சில தன்னார்வத் தொண்டு நிறுவனங்கள் இங்கே பணியாற்றுகின்றன என அதிகாரி ஒருவர் என்னிடம் புலம்பினார்.

நாங்கள் பழங்குடி மக்களின் சந்தை ஒன்றைப் பார்வையிடச் சென்றிருந்தோம். தங்களின் விளைப்பொருட்களைக் கொண்டு வந்து பழங்குடி மக்கள் கடைபரப்பியிருந்தார்கள். இன்னொரு பக்கம் நகரத்தில் கிடைக்கும் மலிவான சோப்பு சீப் பவுடர் உடைகளைக் கொண்டுவந்து வணிகர்கள் கடை போட்டிருந்தார்கள். இயற்கை விளைபொருட்களை விற்றுக் கிடைத்த பணத்தில் இது போன்ற அலங்காரப் பொருட்களைப் பழங்குடி மக்கள் ஆர்வமாக வாங்குவதைக் கண்டேன்.

இந்தச் சந்தையை ஒட்டி வரிசையாகப் பெண்கள் பெரிய பானைகளில் எதையோ விற்றுக்கொண்டிருந்தார்கள். அது

ஒருவகை சாராயம். ஊறல் என்பார்களே அது போன்றது. பழங்கஞ்சியோடு பழங்களைச் சேர்த்து பூமியில் புதைத்து வைத்து வடித்து எடுக்கப்படும் மது. அதை வாங்கிக் குடித்துவிட்டு போதையுடன் பழங்குடி மக்கள் மலையேற ஆரம்பித்தார்கள். நகர வணிகர்கள் அவர்களை ஏமாற்றிப் பெற்ற பொருட்களுடன் தரை நோக்கி வாகனங்களில் இறங்கிக் கொண்டிருந்தார்கள். காலம் காலமாகப் பழங்குடிமக்கள் ஏமாற்றப்பட்டு வருவதன் சாட்சியமது.

பழங்குடிமக்களுடன் நாங்களும் மலையேற ஆரம்பித்தோம். இரவானதும் ஆண்களும் பெண்களும் ஒன்றுகூடி நடனமாடத் துவங்கினார்கள். அத்தனை துடிப்பான நடனத்தை என் வாழ்நாளில் கண்டதேயில்லை. ஓய்வில்லாமல் அவர்கள் இரவெல்லாம் ஆடிக் கொண்டேயிருந்தார்கள். பறை இசையும் பாடலும் கலந்த அந்த இரவு மறக்கமுடியாதது.

கோண்டு மக்கள் மத்தியில், தனியுடைமை கிடையாது. அங்கே நிலம் அனைவருக்கும் பொதுவானது. விவசாயத்திலும் வேட்டையிலும் கூட்டாக உழைப்பை வழங்குவார்கள். கிடைக்கும் விளைபொருட்கள் சகலருக்கும் பொதுவானது.

கோண்டு பழங்குடிகளிடம் கோட்டுல் (Ghotul) என்ற அமைப்பு உள்ளது. இது பருவ வயதை அடைந்த ஆண் — பெண் அனைவரையும் ஒரே இடத்தில் தங்க வைத்து அவர்களுக்குள் பழகி பாலின்பத்தை அனுபவிக்கச் செய்வதாகும். ஒருவகையில் பாலியல் பற்றிய பாடம் புகட்டல் என்றும் எடுத்துக்கொள்ளலாம். பழங்குடியின மக்கள் பதின்வயது முதலே பாலியல் அறிவு பெற்றவர்களாக வளர்கின்றனர். இவர்கள் மத்தியில், சுதந்திரமான பாலியல் உறவுகள் அங்கீகரிக்கப்படுகின்றன

கோண்டு பழங்குடி மக்களின் கதைகள், பாடல்களை வெரியர் எல்வின் தொகுத்திருக்கிறார். ஆதிவாசி கவிதைகளைத் தமிழில் இந்திரன் மொழியாக்கம் செய்திருக்கிறார்.

கோராபுட் பழங்குடி மக்களின் வாழ்க்கையை இலக்கியத்தில் அதிகம் பதிவு செய்திருப்பவர் கோபிநாத் மொகந்தி. துணை நீதிபதி யாகப் பதவி வகித்த கோபிநாத் மொகந்தி அங்கே ஒரு வெளியாளாகத்தான் வந்து சேர்ந்தார். ஆனால் பழங்குடி மக்களுடன் நெருங்கிப் பழகி அவர்களில் ஒருவராகத் தன்னை

எஸ்.ராமகிருஷ்ணன்

அடையாளப்படுத் திக்கொண்டார். பின்பு பழங்குடி மக்களின் பிரதிநிதி போலவே செயல்பட்டார்.

மொகந்தி பாட்னா பல்கலைக்கழகத்தில் ஆங்கில இலக்கியம் பயின்றவர். 1938இல் மாநில ஆட்சிப்பணியில் சேர்ந்தார். இவரது முதல் நாவல் 1914 இல் வெளியானது. 1974இல் இவருக்கு ஞானபீட விருது கிடைத்தது. மேலும் அரசு பத்மபூஷன் விருதையும் வழங்கிக் கௌரவித்துள்ளது. 1991இல் காலமான மொகந்தி அமெரிக்கப் பல்கலைக்கழகங்களில் வருகைதரு பேராசிரியராகவும் சில காலம் பணியாற்றியிருக்கிறார்.

கோராபுட்டில் ஒருமுறை அவர் ரெயின்கோட் அணிந்து கொண்டு பழங்குடி மக்களைக் காணச் சென்றார். கொட்டும் மழையில் அவர் எப்படி நனையாமல் வருகிறார் என அவர்கள் வியந்து போனார்கள்.

இது ரெயின் கோட், இதை அணிந்து கொண்டால் மழையில் நனைய மாட்டோம் என அவர் தனது கோட்டினைக் கழற்றிக் காட்டியபோது பழங்குடிமக்கள் அதைக் கையால் வாங்க பயந்தார்கள். பிறகு அதை ஒரு விளையாட்டுப் பொருள் போல ஆளுக்கு ஆள் தண்ணீர் ஊற்றிப் பார்த்து சிரித்தார்கள். அந்த அளவு வெளியுலகம் தெரியாமல் பழங்குடி மக்கள் வாழ்ந்திருக்கிறார்கள்.

ஒரு நீதிபதியாக அவர் பழங்குடி மக்களின் உரிமைக்காகப் போராடினார். மறுபக்கம் இலக்கியவாதியாக அவர்களின் வாழ்க்கைத் துயரங்களைத் தனது எழுத்தில் பதிவு செய்தார்.

அவரது அம்ரிதரா சந்தனா மற்றும் பரஜா ஆகிய இரண்டு நாவல்கள் கோராபுட் பழங்குடிமக்கள் பற்றிய முக்கிய பதிவுகளாகும். இதில் அம்ரிதரா சாகித்ய அகாதமி விருதைப் பெற்றது. இவரது பரஜா என்ற நாவல் கடன் தொல்லையால் அவதிப்படும் பழங்குடி மக்களைப் பற்றிப் பேசுகிறது. கடன் நெருக்கடி தாங்கமுடியாமல் ஒரு தந்தையும் மகனும் வட்டிக்கடைக்காரனை வெட்டிக் கொன்று விட்டு காவல் நிலையத்தில் போய் சரண் அடைவதை விவரிக்கிறது.

மதிமதலா என்ற இவரது நூலிற்கு ஞானபீட விருது கிடைத்தது. அந்நாவல் காந்தியக் கொள்கைகளைப் பேசுகிறது. கோபிநாத் மொகந்தியின் சிறுகதைகளைத் தமிழில் சாகித்ய அகாதமி வெளியிட்டுள்ளது. மிகச்சிறந்த சிறுகதைகள்

கொண்ட இத்தொகுப்பிற்கு உள்ளம் நெகிழும் ஓரியக்கதைகள் என்ற அரதப்பழைய தலைப்பை யார் கொடுத்தது எனத் தெரியவில்லை.

இத்தொகுப்பில் எறும்புகள் என்றொரு சிறுகதையிருக்கிறது. ஓர் அதிகாரி மலையில் நடைபெறும் அரிசி கடத்தலை முற்றிலுமாகத் தடுக்கும் பொருட்டு நியாம்கிரி கிராமச்சந்தைக்கு வருகிறான். அரிசி கடத்தலைத் தடுக்கும் நடவடிக்கை தனது பதவி உயர்விற்குப் பயன்படும் என்று மிகுந்த வேகத்துடன் செயல்படத் துடிக்கிறான். ஆனால் அவன் செல்லும் வழியெங்கும் பழங்குடி மக்களின் வறுமையான வாழ்க்கையைப் பார்க்கிறான். அவர்களுடைய பசித்த கண்களைக் கடந்து செல்ல முடியாமல் தடுமாறுகிறான். முடிவில் அரசாங்க அதிகாரியின் மன நிலையிலிருந்து மாறி கருணையுள்ள மனிதனாக நடக்கத் துவங்குகிறான். இந்தக் கதையில் நான் பார்த்த சந்தைக் காட்சி இடம்பெற்றிருக்கிறது.

காட்டு மரங்களின் பின்னால் இருந்து மனிதர்கள் வெளிப்பட்டார்கள். சிலர் தலைச்சுமையுடன் இருந்தார்கள். எங்கும் பச்சை மாமிசத் தோலின் அழுகல் நாற்றம். சிலர் இருபக்கமும் சமமாகத் தொங்கும் கழிகளில் கூடைகளைத் தாங்கியிருந்தார்கள். கோழிகள் ஒரு பக்கம் தொங்கிக்கொண்டிருந்தன. பறங்கிப்புண் கொண்ட மனிதர்கள் ஒழுகும் காயத்துடன் காணப்பட்டார்கள். செண்பகப்பூ நிறத்தில் அழகான கோந்து இளம்பெண் ஒருத்தி கடந்து போனாள். அவளின் கடைக்கண் பார்வை விளையாட அழைப்பது போலிருந்தது.

இந்த வர்ணனைகளை நான் நேரில் கண்டிருந்த காரணத்தால் கதையை கண்முன்னே காட்சியாக என்னால் காணமுடிந்தது. ஆங்கிலத்தில் மொழியாக்கம் செய்யப்பட்டு இக்கதை உலக அளவில் கவனம் பெற்றுள்ளது.

இத்தொகுப்பில் இரண்டுகதைகள் மல்யுத்தப் போட்டி பற்றியது. அதில் ஒரு கதையில் வரும் மல்யுத்த வீரனுக்குப் பிரச்சினை சண்டையில்லை. பசி. மல்யுத்த வீரன் என்பதால் அதற்கேற்ற பாதாம், பிஸ்தா போன்ற உணவுப் பொருட்களை உட்கொள்ள வேண்டியிருக்கிறது. ஆனால் வறுமையின் காரணமாகப் பணமில்லை. கிடைத்த சோற்றைத் தின்றுவிட்டு எப்படி சண்டையிடுவது எனப் புலம்புகிறான். அவனது

எஸ்.ராமகிருஷ்ணன் ✼ 59

வறுமை சண்டையிடும் திறனை எப்படி முடக்குகிறது என்பதைச் சிறப்பாக எழுதியிருக்கிறார்.

தட்பன் என்ற சிறுகதை கோண்டு இனத்தைச் சேர்ந்த ஒருவனைப் பற்றியது. கதை இப்படித் துவங்குகிறது:

தட்பன் கோண்டு இனத்தைச் சேர்ந்தவன். அவன் மொழி ஒரியா அல்ல. அவனுடைய சமூகத்தில் பெற்றோருக்கு எந்தப் பெயரையும் தேர்ந்தெடுக்கும் உரிமையில்லை. எல்லாக் கிராமத்தினரும் ஒன்றுகூடுவார்கள். மதகுரு ஒரு நெடும் பட்டியலில் உள்ள பெயர்களைச் சொல்லிக்கொண்டே போவார். கலிசி என்ற சாமியாடும் பெண் மந்திரங்களை ஜெபித்தபடியே நீர் நிறைத்த பானைக்குள் அரிசியை ஒவ்வொன்றாக எறிந்து கொண்டிருப்பாள். எந்தப் பெயரைச் சொல்லும்போது அரிசி நேராக நிற்கிறதோ அந்தப் பெயரைக் குழந்தைக்குச் சூட்டுவார்கள். அப்படித்தான் தட்பனுக்குப் பெயர் சூட்டப்பட்டது.

கோராபுட் மாவட்டத்திலுள்ள நியாம்கிரி மலையையும் அங்கு வாழும் மக்களையும் படைத்தவர் மகாப்ரூ என்ற கடவுள். அவர்தான் எல்லாப் பொருட்களுக்கும் பெயர் வைத்தவர் என்றுடோங்கிரியா கோந்துகள் நம்பினார்கள்.

மலைவாசிகளின் நலத்திட்டங்களைப் பற்றி எடுத்துச் சொல்வதற்காக பரசுராம் என்ற வளர்ச்சி அதிகாரி தனது சகாக்களுடன் மலைக்கு வந்து சேருகிறார். கோடையிலும் குளிர்ச்சியானது நியாம் கிரிமலை. அவர்கள் பிசாம்கட்டாக் ரயில் நிலையத்தில் இறங்கி அங்கிருந்து மலையில் ஏறினார்கள். ஒவ்வொரு ஊராகச் செல்ல ஏழுநாள் பயணமாகிறது. பழங்குடி மக்கள் வசித்த பகுதிகளில் நாகரிகத்தின் நிழல்கூடப் படிந்திருக்கவில்லை. கோந்துகள் குடிப்பதற்காகத் தங்களின் பழமரங்களை அடமானம் வைப்பதைக் காணும்கிறார்கள். ஒரு பாட்டில் மதுவிற்கு நான்கு பலாமரங்கள் அடமானம். இருபது ரூபாய் கடனுக்கு இரண்டு ஏக்கர் பழத்தோட்டம் அடமானம் வைக்கப்படுகிறது.

டோங்கிரி இனப் பெண்கள் தையல் வேலை செய்வதில் சாமர்த்தியம் கொண்டிருந்தார்கள். கழுத்தில் வண்ணமணிகளை அணிந்திருந்த இப்பெண்கள் வெளியில் செல்லும்போது இடுப்பில் ஆறு அங்குல நீளமுள்ள கத்தியைச் செருகி வைத்திருப்பார்கள். மழைக்காலத்தில் கீரைகள்,

மாங்கொட்டைகள், சலாபமரத்தூள், சோளம் இவையே அவர்களின் உணவு. பழங்குடி மக்களிடம் ஆணும் பெண்ணும் திருமணத்திற்கு முன்பாகவே பழகி உடலுறவு கொள்ளும் பழக்கமிருக்கிறது.

அரசு அதிகாரிகளுக்கு வழிகாட்டுவதற்காக தட்பன் உடன் வருகிறான். அவனிடம் இக்காட்டில் புலியிருக்கிறதா என ஒருவர் கேட்கிறார். அதற்கு தண்ணியிலே மீன் இருக்குமானு கேட்பது போல இருக்கிறது எனச் சிரிக்கிறான் தட்பன்.

புலி யாரையாவது சாப்பிட்டிருக்கிறதா என அடுத்தவர் கேட்கும் போது, பசி வந்தால் சாப்பிடத்தானே செய்யும் என்கிறான் தட்பன். உனக்கு மிருகங்களைக் கண்டு பயமில்லையா எனக் கேட்கும்போது, மனிதர்களைக் கண்டுதான் பயப்படுகிறோம் என பதில் சொல்கிறான்.

வழிகாட்டும் வேலை முடிந்தபோது தனக்கான கூலியைக் கேட்டு நச்சரிக்கிறான் தட்பன். கிளம்பும்போது அவர்கள் சில்லறைக் காசுகளைத் தந்தார்கள். அவன் கிளம்பிப் போன பிறகு அவர்கள் அவன் நின்றிருந்த இடத்தில் அதே காசுகள் கிடப்பதைக் காண்கிறார்கள். இந்தக் காசிற்காக எதற்கு இவ்வளவு பிடிவாதமாக இருந்தான் என அவர்களுக்குப் புரியவில்லை.

அதற்கு ஒருவர் கோந்துகள் அப்படிப்பட்டவர்கள்தான். குழந்தையைப் போல காசிற்கு ஏங்குவார்கள். ஆனால் அதைக் காப்பாற்றி வைத்துக்கொள்ளத் தெரியாது. பணம் என்பது அவர்களுக்குக் கூழாங்கற்களைப் போன்றதே என்பதுடன் கதை நிறைவு பெறுகிறது.

கோண்டு இனவாழ்க்கையின் அடையாளங்களையும் அவர்களின் வாழ்க்கை நெருக்கடிகளையும் விவரிக்கும் மொகந்தி பணத்திற்காக பழங்குடி மக்கள் எதையும் செய்பவர்களில்லை என்பதையும் உணர்த்துகிறார்.

அடையாளம் என்ற மொகந்தியின் சிறுகதையும் கிருஷ்ணன் நம்பியின் மருமகள் வாக்கு கதையும் ஒன்று போலவேயிருக்கின்றன. இரண்டும் தேர்தலில் வாக்களிப்பது தொடர்பாக பெண்கள் எப்படி முடிவு எடுக்கிறார்கள் என்பதைப் பேசுகின்றன. இதில் அடையாளம் கதையில் அந்தக் காலத்தில் பெண்கள் எப்படி நடத்தப்பட்டார்கள் என்பதற்கு சாட்சியமாக ஒரு பாடல் இடம்பெற்றுள்ளது.

இடது கன்னத்தில் ஒரு குத்து
எனினும் நீ அவரை வணங்குவாய்
வலது கன்னத்தில் ஒரு குத்து
எனினும் நீ அவரை வணங்குவாய்
அடுத்தடுத்து எவ்வளவு வந்தாலும்
நீ எதிர்ப்பைக் காட்ட மாட்டாய்

எரியும் விளக்குத் திரியைப் போல தன்னை அழித்துக் கொண்டு வாழ்பவளாகப் பெண்ணிருக்கிறாள் என்பதை இப்பாடலைக் கொண்டு விளக்குகிறார். இக்கதையில் ஓட்டுப்போட வந்த பெண்ணிடம் அவள் கணவர் பெயரைக் கேட்கிறார்கள். அவள் சொல்ல மறுக்கவே பட்டியலில் இருந்த இரண்டு பேரைச் சொல்லி அவரின் மனைவியா எனக் கேட்கவே, அந்தப் பெண் வெறிவந்தவள் போலக் கூச்சலிட்டு சண்டையிடுகிறாள். அவளை சமாதானப்படுத்தும் அதிகாரி கணவன் பெயரைச் சொன்னால்தானே வாக்குப்பட்டியலில் அவளைக் கண்டறிய முடியும் என்கிறார். அவள் பக்கத்திலுள்ள பெண்ணிடம் தன் கணவர் பெயரைச் சொல்லுமாறு சொல்கிறாள். பஞ்சாகிஷோர் என அவள் சொன்னதும் வாக்காளர் பட்டியலில் அவள் பெயர் கண்டுப்பிடிக்கப்படுகிறது.

அவள் பழைய ராஜவம்சத்துப் பெண். தங்களை இப்படி வரிசையில் நிறுத்தி ஓட்டுப்போடும்படி வைத்துவிட்டார்களே என்று புலம்புகிறாள். அவள் கையில் மை வைக்கப்படும்போது அசூயை அடைகிறாள். வாக்குப் பெட்டி முன்பு நின்றபடியே வாக்குச் சீட்டில் முத்திரை குத்தும்போது காலம் மாறிவிட்டதை நினைத்து ஆத்திரப்பட்டபடியே முத்திரை குத்தி பெட்டியில் போடுகிறாள்.

இக்கதை கிராமப்புறத்தில் தேர்தல் எப்படி நடக்கிறது என்பதை எடுத்துச் சொல்வதுடன் பழைய ராஜகுடும்பத்தினர் இன்னமும் அந்தக் கனவிலே எப்படி வாழ்ந்துகொண்டிருக்கிறார்கள் என்பதையும் சுட்டிக்காட்டுகிறது.

கோபிநாத் மொகந்தியை முதல்தலைமுறை நாவலாசிரியர் என்றே ஒரிய இலக்கியவாதிகள் கருதுகிறார்கள். அவர் துவங்கி வைத்த நாவல் வரிசையில் இன்று முக்கிய இடம் பிடித்திருப்பவர் பிரதிபா ரே. இவரது யக்ஞ்சேனி என்ற நாவல்

மிகப் புகழ்பெற்றுள்ளது. இதன் ஆங்கில மொழியாக்கத்தை 'ரூபா பதிப்பகம் வெளியிட்டிருக்கிறது

பிரதிபா 2000 ஆம் ஆண்டில் தம்முடைய சிறுகதைத் தொகுதிக்காக சாகித்ய அகாதெமி விருது பெற்றார். பாரதிய ஞானபீட விருது அமைப்பாளர்கள் வழங்கும் மூர்த்தி தேவி விருது 1991இல் 'யக்ஞ்சேனிக்காக இவருக்கு வழங்கப்பட்டது. இந்த நாவலைப்பற்றி எழுத்தாளர் திலகவதி அவர்களுக்கு அளித்த பேட்டி ஒன்றில் பிரதிபா ரே இவ்வாறு சொல்கிறார்:

உலக இலக்கியங்களில், உலக வாழ்க்கையில், திரௌபதிக்கு நிகரான ஒருத்தி இன்னும் தோன்றவில்லை. யாருடைய வாழ்விலும் நேராத பல சம்பவங்கள் அவளுடைய வாழ்வில் நேருகின்றன. நினைத்துப் பார்க்க முடியாத கொடுமைகள் அவளுக்கு நேருகின்றன. ஆனால், அவள் அவற்றைக் கம்பீரம் குறையாத துணிவோடும் அறிவோடும் எதிர்கொள்கிறாள். பாரதப்போரில் அவள் தன் தந்தையையும் தமயனையும் ஐந்து புதல்வர்களையும் இழக்கிறாள். அவற்றையெல்லாம் விட அவளைக் காயப்படுத்துவது, அவளுடைய வாழ்வின் இறுதிக் கணத்தில் தருமத்தின் வடிவமாகக் கொண்டாடப்படும் அவளுடைய கணவன் யுதிஷ்டிரன் சொல்லும் வார்த்தை. மலைச்சரிவில் சரிந்து விழுகிற திரௌபதியைத் திரும்பிக்கூடப் பார்க்க வேண்டியது இல்லை என்று அவன் சொல்கிறான். தன் சகோதரர்கள் அனைவரும் பயணத்தை மேற்கொண்டு தொடர்ந்து போய்க்கொண்டே இருக்கவேண்டுமென்று கட்டளையிடுகிறான். இந்த உச்சக்கட்டமான துயரம் அவளை வேதனைப்படுத்துகிறது.

இந்தக் கட்டத்தில்தான் என்னுடைய நாவல் துவங்குகிறது. தன்னுடைய முழங்கையை ஊன்றிக்கொண்டு அவள் தன் இதயத்தில் இருந்து பெருகும் ரத்தத்தினால் இமயத்தின் முகடுகளில் எழுதிய கதையாக, அவளுடைய மிகச் சிறந்த நண்பனான ஸ்ரீகிருஷ்ணனுக்குச் சொல்லப்பட்ட தன் வரலாறாக நான் இந்த நாவலைப் படைத்திருக்கிறேன். போருக்குக் காரணமானவள் பாஞ்சாலி என்கிற பழியை நீக்குகிறது என் நாவல். ஆயிரமாயிரம் ஆண்டுப் பழமையைக் கொண்ட அந்தப் பாத்திரம் இன்றுவரை சமூகத்தில் நிலவும் இரட்டை மதிப்பீட்டு முறையையும் பாலின வேறுபாடுகளையும் எதிர்த்துக் குரல் கொடுக்கும் நவீன யுகப் பெண்ணான யக்ஞ் சேனையாக இப்படைப்பில் உருவெடுத்திருக்கிறாள்

இன்றுவரை ஓரிய இலக்கியப் படைப்புகளில் பழங்குடி மக்களின் பிரச்சினைகளும் உரிமைக்குரலும் தொடர்ந்து ஒலித்து வருகின்றன. அத்தோடு ஒப்பிட்டால் தமிழகத்திலுள்ள பழங்குடி மக்கள் பற்றி நாம் அதிகம் கவனம் கொள்ளவில்லை. அவர்கள் சார்ந்த இலக்கியப் பதிவுகள் குறைவு என்பதை உணர முடிகிறது. அவ்வகையில் மொகந்தியின் படைப்புகள் நாம் செல்ல வேண்டிய திசைகாட்டியாகவே இருக்கிறது.

காட்டின் மீது பயமில்லை

மலையாளம், கன்னடம், வங்காள இலக்கியம் போல தெலுங்கு இலக்கியம் குறித்து நாம் அதிகம் அறிந்திருக்கவில்லை. இவ்வளவிற்கும் தெலுங்கு பேசுபவர்கள் தமிழகத்தில் அதிகமிருக்கிறார்கள். தெலுங்கு சினிமாக்கள் தமிழகத்தில் மொழிமாற்றம் செய்யப்பட்டு ஓடுகின்றன, தெலுங்குப் பாடல்களை மக்கள் விரும்பிக் கேட்கிறார்கள். ஆனால் தெலுங்கில் இப்போதைய இலக்கியச்சூழல் எப்படியுள்ளது. யார் முக்கிய எழுத்தாளர்கள் என அறிந்துகொள்ள முடியவில்லை.

ஆங்கிலம் வழியாக அறிமுகமான சிலரை வைத்தே தெலுங்கு இலக்கியத்தை மதிப்பிட வேண்டியுள்ளது. இவை தவிர சாகித்ய அகாதமி, நேஷனல் புக் டிரஸ்ட் போன்றவை வெளியிடுள்ள தெலுங்கு மொழியாக்க நூல்களை வாசித்து ஓரளவு அறிந்து கொள்ளலாம். ஆனால் இவற்றில் பெரும்பான்மை ஐம்பது வருஷங்களுக்கு முற்பட்டவை. இரண்டாயிரத்திற்குப் பிறகான இலக்கியப் போக்கு எப்படியுள்ளது என்பதை அறிந்து கொள்ளும் மொழிபெயர்ப்புகள் கிடைக்கவில்லை.

ஒருவகை சாராயம். ஊறல் என்பார்களே அது போன்றது. பழங்கஞ்சியோடு பழங்களைச் சேர்த்து பூமியில் புதைத்து வைத்து வடித்து எடுக்கப்படும் மது. அதை வாங்கிக் குடித்துவிட்டு போதையுடன் பழங்குடி மக்கள் மலையேற ஆரம்பித்தார்கள். நகர வணிகர்கள் அவர்களை ஏமாற்றிப் பெற்ற பொருட்களுடன் தரை நோக்கி வாகனங்களில் இறங்கிக் கொண்டிருந்தார்கள். காலம் காலமாகப் பழங்குடிமக்கள் ஏமாற்றப்பட்டு வருவதன் சாட்சியமது.

பழங்குடிமக்களுடன் நாங்களும் மலையேற ஆரம்பித்தோம். இரவானதும் ஆண்களும் பெண்களும் ஒன்றுகூடி நடனமாடத் துவங்கினார்கள். அத்தனை துடிப்பான நடனத்தை என் வாழ்நாளில் கண்டதேயில்லை. ஓய்வில்லாமல் அவர்கள் இரவெல்லாம் ஆடிக் கொண்டேயிருந்தார்கள். பறை இசையும் பாடலும் கலந்த அந்த இரவு மறக்கமுடியாதது.

கோண்டு மக்கள் மத்தியில், தனியுடைமை கிடையாது. அங்கே நிலம் அனைவருக்கும் பொதுவானது. விவசாயத்திலும் வேட்டையிலும் கூட்டாக உழைப்பை வழங்குவார்கள். கிடைக்கும் விளைபொருட்கள் சகலருக்கும் பொதுவானது.

கோண்டு பழங்குடிகளிடம் கோட்டுல் (Ghotul) என்ற அமைப்பு உள்ளது. இது பருவ வயதை அடைந்த ஆண் — பெண் அனைவரையும் ஒரே இடத்தில் தங்க வைத்து அவர்களுக்குள் பழகி பாலின்பத்தை அனுபவிக்கச் செய்வதாகும். ஒருவகையில் பாலியல் பற்றிய பாடம் புகட்டல் என்றும் எடுத்துக்கொள்ளலாம். பழங்குடியின மக்கள் பதின்வயது முதலே பாலியல் அறிவு பெற்றவர்களாக வளர்கின்றனர். இவர்கள் மத்தியில், சுதந்திரமான பாலியல் உறவுகள் அங்கீகரிக்கப்படுகின்றன

கோண்டு பழங்குடி மக்களின் கதைகள், பாடல்களை வெரியர் எல்வின் தொகுத்திருக்கிறார். ஆதிவாசி கவிதைகளைத் தமிழில் இந்திரன் மொழியாக்கம் செய்திருக்கிறார்.

கோராபுட் பழங்குடி மக்களின் வாழ்க்கையை இலக்கியத்தில் அதிகம் பதிவு செய்திருப்பவர் கோபிநாத் மொகந்தி. துணை நீதிபதி யாகப் பதவி வகித்த கோபிநாத் மொகந்தி அங்கே ஒரு வெளியாளாகத்தான் வந்து சேர்ந்தார். ஆனால் பழங்குடி மக்களுடன் நெருங்கிப் பழகி அவர்களில் ஒருவராகத் தன்னை

மீன் ஒன்று சிக்குகிறது. அந்த மீன் சாண்டியாகோவையும் படகையும் இழுத்துக் கொண்டு செல்கிறது. நிலைகுலைந்த சாண்டியாகோ அந்த மீனை வெல்வதற்காக எவ்வளவு போராடுகிறார் என்பதையே ஹெமிங்வேயின் நாவல் விவரிக்கிறது. சாண்டியாகோ கடலில் நிகழ்த்திய வேட்டையை நிலத்தில் நிகழ்த்தியிருக்கிறார் கேசவரெட்டி.

தெலுங்கு இலக்கிய உலகின் முக்கிய எழுத்தாளரான கேசவரெட்டி ஒரு மருத்துவர். ஆந்திராவின் சித்தூர் மாவட்டத்தில் பிறந்தவர். கேசவரெட்டியின் நான்காவது நாவலிது. இந்நாவல் He Conquered the Jungle என்ற பெயரில் ஆங்கிலத்திலும் வெளியாகியுள்ளது.

தெலுங்கு மொழியில் முதல் இலக்கியமாக நன்னய்யரின் மகாபாரதம் கருதப்படுகிறது. இவரது காலத்துக்குப் பிறகு திக்கன்னா, எர்ரன்னா போன்ற புலவர்கள் தெலுங்கு இலக்கியத்திற்கு வளமை சேர்த்தார்கள். அவர்களைத் தொடர்ந்து ஸ்ரீநாதர் பிரபந்த இலக் கியத்தை வளர்த்து எடுத்தார். விஜயநகர பேரரசர் கிருஷ்ணதேவராய ரின் காலம்தான் தெலுங்கு இலக்கியத்தின் பொற்காலம் எனப்படுகிறது

தெலுங்கு இலக்கிய உலகின் புகழ்பெற்ற நாடகாசிரியர் குருஜாடா அப்பாராவ் இவர் 1892 ஆம் ஆண்டில் 'கன்யாசுல்கம்' என்ற நீண்ட நாகத்தை எழுதி மேடையேற்றினார், இந்நாடகம் 8 மணிநேரம் நிகழக்கூடியது.

காகித மாளிகை நாவலை எழுதிய திருமதி முப்பாள ரங்கநாயகம், யத்தனபூடி சுலோசனா ராணி கொட வட்டிகண்டி குடும்பராவ், ராச்சகொண்ட விஸ்வநாத சாஸ்திரி, பலிவாட காந்தா ராவ், த்விவேதுல் விசாலாட்சி, கோடூரி கௌசல்யா தேவி, ஸ்ரீ ஸ்ரீ மதுராந்தகம் ராஜாராம், கேது விசுவநாத ரெட்டி, டி. காமேசுவரி வோல்கா, போன்றவர்கள் புகழ் பெற்ற தெலுங்கு எழுத்தாளர்கள்

சமீபத்தில் தெலுங்கு இலக்கியத்தின் தலித் எழுத்துகளை ஆங்கிலத்தில் மொழிபெயர்த்து ஆக்ஸ்ஃபோர்டு பல்கலைக்கழகம் The Oxford Indian Anthology of Telugu Dalit Writing என்ற தொகுப்பாக வெளியிட்டுள்ளது.

தெலுங்கு நாவல் இலக்கியம் 1878 ஆம் ஆண்டில் கந்துகூரி வீரேசலிங்கம் அவர்களின் 'ராஜசேகர சரித்திரத்துடன் தொடங்கியது. அதைத்தொடர்ந்து லட்சுமி நாராயண்

அவர்களின் ‘மால பல்லி’ நாவல் சமூக சீர்திருத்தத்தை வலியுறுத்தியது. மராத்தியில் உருக் கொண்ட தலித் இலக்கிய முயற்சிகளைப் போலவே தெலுங்கிலும் தனித்துவமான தலித் எழுத்தாளர்கள் உருவானார்கள். அதில் ஒருவர்தான் டாக்டர் கேசவரெட்டி.

மராத்தியில் எழுதிய சரண்குமார்லிம்பாலே, ஹிந்தியில் ஓம் பிரகாஷ் வால்மீகி, தெலுங்கு மொழியில் எழுதிய கொலகலூரி இனோச், கன்னடம் தேவனூர் மஹாதேவ், பஞ்சாபி இலக்கியவாதிகள் பல்பிர் மதோபூரி, குர்தியல்சிங்எனப் புகழ்பெற்ற தலித் எழுத்தாளர்கள் இந்திய இலக்கியத்திற்குப் புதிய முகத்தை உருவாக்கியிருக்கிறார்கள்.

அவன் காட்டை வென்றான் நாவலின் நாயகனுக்கு வயது 70. பெயரற்ற கதாபாத்திரம். கிரேக்க புராணத்தில் வரும் சிசிபஸ் போல முடிவற்ற போராட்டத்தின் அடையாளமாக இக்கதாபாத்திரம் உருவாக்கப்பட்டுள்ளது.

உடல்நலமற்ற கிழவனுக்கு பதிலாக அவனது பேரன் கோபால் பன்றிகளை மேய்ச்சலுக்கு ஓட்டிக்கொண்டு போகிறான். மாலையாகி பேரன் திரும்பிய போது சினைப்பன்றி காணாமல் போய்விட்டதாகக் கூறுகிறான், அவனை கோபித்துக்கொள்ளும் கிழவர் தானே பன்றியைத் தேடி காட்டை நோக்கிக் கிளம்புகிறார். ஒரு இரவுதான் நாவலின் களம். ஆனால் இரவு காட்டைப் போல முடிவற்று விரிந்து நீளுகிறது. கிழவருக்கு பன்றிகள்தான் உலகம். சினைப்பன்றி குட்டிகளை ஈனுவதன் வழியே தனது செல்வம் பெருகப்போகிறது என அவர் காத்துக்கொண்டிருக்கிறார். ஆனால் பேரனின் கவனக்குறைவால் பன்றி காட்டில் எங்கோ வழிதவறி அலைகிறது.

கிழவர் காட்டை ஒட்டிய இடத்தில் வாழுகிறார். வாழ்க்கையில் எவ்வளவோ கஷ்டங்களை சந்தித்து மீண்டவர் என்பதால் உறுதியான மனத்திடம் கொண்டிருக்கிறார். அக்காட்டினுள்யெருகலா என்ற பழங்குடி மக்கள் வசிக்கிறார்கள். அவர்களுக்கு காடு உள்ளங்கை ரேகைகள் போல அத்துப்படியானது. அவர்கள் உதவியைக் கொண்டு எளிதாக பன்றியைக் கண்டுபிடித்துவிடலாம் என நினைக்கிறார்.

சினைப்பன்றி என்பதால் அது எங்காவது குட்டி போட்டுவிட்டால் என்ன செய்வது என்ற பதற்றம் மனதிற்குள்

இருக்கிறது. எப்படியும் தான் பன்றியைக் கண்டுபிடித்துவிடலாம் எனக் காட்டிற்குள் நடக்கிறார். எங்கு தேடியும் பன்றி கண்ணில் படவேயில்லை.

இரவாகிறது. அப்படியும் வீடு திரும்ப மனமில்லை. நிலா வெளிச்சத்தில் காடு உருமாறுகிறது. கிழவருக்கு பசி தாங்கமுடியவில்லை. நிலா வெளிச்சத்தில் காடு பேரழகு மிக்கதாக உள்ளது. அதை ரசித்தபடியே அவர் பன்றி எங்கே ஒளிந்திருக்கக்கூடும் எனத் தனக்குத்தானே கேட்டுக்கொள்கிறார்.

ஹெமிங்வேயின் சாண்டியாகோ போலவே இக்கதையில் வரும் கிழவரும் தனக்குத்தானே பேசிக்கொண்டேயிருக்கிறார். அது நம்பிக்கையை ஏற்படுத்திக்கொள்ளவும் போராடவும் தூண்டுதலாயிருக்கிறது.

பன்றி கடந்துபோன தடயம் ஏதாவது தென்படுகிறதா எனத் தேடுகிறார். அவரால் கண்டறிய முடியவில்லை. மரத்தின் மீதேறி நின்று எங்காவது பன்றியின் நடமாட்டம் தெரிகிறதா எனக் கூர்மையாக நோக்குகிறார். இலைகளின் அசைவின்றி வேறு இயக்கம் எதுவுமில்லை. அப்போது காட்டில் வாயாடிக்குருவி ஒன்று கத்துவது கேட்கிறது. காட்டில் அசாதாரணமாக ஏதாவது நிகழ்ந்தால்தான் அக்குருவி கத்தும் என அறிந்த கிழவர் காட்டின் வடகிழக்கே பன்றி குட்டி போட்டிருக்கக்கூடும் என எண்ணுகிறார்.

உடனே அந்தப் பக்கமாகச் செல்லத் துவங்குகிறார். நடக்க நடக்க காற்றில் வரும் மணத்தை ஆழமாக முகர்ந்து பார்த்துவிட்டு அருகில் ஏதோவொரு புதரில் பன்றி ஈன்றுள்ளது என்பதை உணருகிறார்.

ஈன்ற பன்றியின் அருகில் போனால் அது பெண்புலி போல வெறியோடு பாய்ந்து தாக்கக்கூடும் என உணர்ந்த கிழவர் மெதுவாக, நிழல் ஊர்ந்து போவது போல பன்றியை நெருங்குகிறார்.

பன்றி பத்துக் குட்டிகளை ஈன்றுள்ளதைக் கண்டு பெருமைப்படுகிறார். அந்த சந்தோஷத்தில் தன்னை மறந்து பாடுகிறார். மேகத்தில் மறைந்துள்ள நிலவை 'வா, வந்து பன்றிக்குட்டிகளின் அழகைப் பார்' என்று அழைக்கிறார்.

திடீரென காற்று பலமாக வீசியதும் பன்றி யாரோ ஒரு மனிதன் தன் குட்டிகளை அபகரிக்க வருகிறான் என நினைத்து அவர் மீது பாய்கிறது.

தரையில் உருண்டு விழுகிறார். அடிபட்ட காயத்துடன் மரம் ஒன்றில் ஏறிக்கொள்கிறார். அப்படியும் பன்றி அவரை விடவில்லை. மரத்தைச் சுற்றி வந்து மூர்க்கமாக சப்தமிடுகிறது.

வீணாக மரத்தைச் சுற்றி வந்து கொண்டிருக்காதே. போ, போய் உன் குட்டிகளை கவனி என்று அவர் பன்றியைப் பார்த்துக் கத்துகிறார்.

பன்றியின் தாக்குதலில் தன் உடலில் ஏற்பட்ட காயத்திலிருந்து ரத்தம் கசிந்து போய்க்கொண்டிருப்பதையும் மயக்கம் வருவதையும் கிழவர் உணருகிறார். அப்போதும் அவர் பன்றியை வெறுக்கவில்லை. அதன்மீது கோபம் கொள்ளவில்லை.

நள்ளிரவில் வாயாடிக் குருவியின் சப்தம் கேட்டு தான் வந்தது போல நரி வந்துவிடும் என்பதை அவர் உணருகிறார். நினைத்தது போலவே நரி ஒரு திருடனைப் போல ரகசியமாக வந்து சேருகிறது. பன்றிக்குட்டிகளை அதனிடமிருந்து காப்பாற்ற வேண்டிய பொறுப்பு தனக்கிருப்பதாக நம்பும் கிழவர் நரியைத் தாக்கத் திட்டமிடுகிறார்.

ஆனால் அதற்குள் சீற்றம் கொண்ட பன்றி நரியை பாய்ந்து தாக்கி வீழ்த்துகிறது. ஆஹா. தனது பன்றி எவ்வளவு தைரியமானது என மரத்திலிருந்தபடியே வியந்து பாராட்டுகிறார்.

எங்கிருந்தோ வந்த நான்கு நரிகள் பன்றியை நான்கு திசைகளிலும் சுற்றி வளைக்கின்றன. கிழவர் அந்த நரிகளைத் தாக்குவதற்கு முன்பு இரண்டு பன்றிக்குட்டிக்களை, கவ்விக்கொண்டு பாய்ந்து போகிறது நரி. அதைத் தாங்கிக்கொள்ள முடியாமல் கிழவர் ஆங்காரத்தில் கத்துகிறார்.

நரிகளைக் கொன்றே தீருவேன். தேவைப்பட்டால் இந்தக் காட்டையே எரித்துவிடுவேன் எனக் கூக்குரலிடுகிறார்.

நரிக்கூட்டம் ஒன்று சேருகிறது. அவரால் சமாளிக்க முடியவில்லை. குட்டிகளைக் காப்பாற்றுவதற்காக அவரே தாய்ப் பன்றியைக் கொல்ல முடிவு எடுக்கிறார். நரிகளுக்கு இரையாக தாய்ப்பன்றியை விட்டுவிட்டு குட்டிகளை அள்ளித் தூக்கிக்கொண்டு கிளம்புகிறார்.

களைப்பும் அசதியுமாக நடக்க முடியவில்லை. தாகம் வேறு வாட்டுகிறது. ஒரு இடத்தில் தண்ணீர் குடிக்கிறார்.

இனி இங்கிருந்து ஒரு அடி எடுத்து வைக்கமுடியாது என்ற அசதியில் தன்னை மறந்து விழுந்து உறங்குகிறார். விடிந்து மென் வெளிச்சம் பரவும் போது தன் முன்னே பருந்துகள் பன்றிக் குட்டிகளைக் கொன்று தின்றிருப்பதைக் காண்கிறார்.

நான்கு பருந்துகள் வாயில் ரத்தம் ஒழுக மரக்கிளையில் நின்று கொண்டிருக்கின்றன. அவற்றைத் தன் கையால் கொல்ல வேண்டும் என்று கிழவர் துடிக்கிறார். ஆனால் எதிர்த்துப் போராட உடலில் தெம்பில்லை என்பதை உணருகிறார். முடிவில் தனது தோல்வியை ஏற்றுக்கொள்கிறார்.

மனித முயற்சிகள் தோற்கக்கூடும். ஆனால் மனித நம்பிக்கை தோற்பதேயில்லை. மனிதன் எல்லா துயரங்களையும் எதிர்கொண்டு வெல்லக்கூடியவன். வயதோ, உருவமோ, ஆண் பெண் என்ற பேதமோ எதுவும் தடையில்லை, வற்றாத நம்பிக்கையே மனிதனை இயக்குகிறது என்பதை கிழவர் வழியாக கேசவரெட்டி மிக அழகாகச் சித்தரித்திருக்கிறார்

போராட்டமே வாழ்க்கை., உலகில் எல்லா உயிரினங்களும் போராடிக் கொண்டுதானிருக்கின்றன. உயிர்வாழ்தலே ஒரு பெரும் போராட்டம் தான். இந்த போராட்டத்தை எதிர்கொள்வதற்கு மனிதர்களுக்கு மன உறுதி வேண்டும்.

கிழவர் காட்டிற்குள் செல்லும் முன்பு அனுபவசாலியாகவே இருக்கிறார். ஆனால் அவர் அறிந்த காடு, பன்றியைத் தேடும் போது அறியாத காடாகிப்போகிறது. எந்தப்பக்கம் பன்றி போனது என அவரால் அறிந்து கொள்ள முடியவில்லை. அவர் தன் புலன்களை நம்புகிறார். பறவைதான் அவருக்கு வழிகாட்டுகிறது.

பன்றி பத்துக் குட்டிகள் ஈன்றுள்ளதைக் கண்டவுடன் அவர் மகிழ்ச்சி அடைகிறார். அந்த சந்தோஷம் உடனே பாடலாகிறது. மனிதர்கள் நெருக்கடியிலும் சந்தோஷத்தை அனுபவிக்கக் கூடியவர்கள். கொண்டாடக்கூடியவர்கள் என்பதையே இந்நிகழ்வு காட்டுகிறது.

அவர் வளர்த்த பன்றியே அவரைத் தாக்குகிறது. அதை எப்படி எதிர்கொள்வது என அவருக்குத் தெரிந்திருக்கிறது. தனது குட்டிகளைப் பாதுகாத்துக்கொள்ள பன்றிகூடப் போராடும் என அவர் அறிந்திருக்கிறார். அதன் மோதலில் இருந்து தப்பி மரம் ஏறிக்கொள்ளும் போது தந்திரமே

வாழ்க்கைப் பிரச்சினைகளைச் சமாளிக்கத் தேவை என்பதை உணர்த்துகிறார்.

மரத்தில் நின்றபடியே அவர் பன்றியை வேடிக்கை பார்க்கிறார். காட்டின் நறுமணத்தை நுகருகிறார். நிலவொளியை ரசிக்கிறார். மேகங்களை விலக்கி நிலவை எட்டிப் பார்க்கச் சொல்லிச் சீண்டுகிறார். இந்த விளையாட்டு மனம் நரியின் வருகையால் உருமாறுகிறது.

நரிகளை அவர் எதிர்கொள்ளும் போது உக்கிரமானவராக மாறுகிறார். அவர் கண்முன்னே இரண்டு குட்டிகள் பறிபோகின்றன. அதைத் தாங்க முடியவில்லை. ஆவேசப் படுகிறார். இழப்புகள்தான் மனிதர்களை ஆவேசம் கொள்ள வைக்கின்றன. முடிவில் தான் நேசித்த பன்றியை தானே கொல்ல வேண்டிய நெருக்கடி உருவாகிறது. அதையும் செய்து முடிக்கிறார். இனி அப்பன்றி தன் கனவில் வந்து தன்னை துன்புறுத்தும் என்கிறார். முடிவில் குட்டிகளையும் இழந்து அவர் நிர்க்கதியாக நிற்கும் போதும் அவரது மன உறுதி போகவில்லை.

தத்துவார்த்தமாகச் சொல்லப்பட்டிருந்தால் இந்நாவல் முற்றிலும் வேறு தளத்தில் எழுதப்பட்டிருக்கக் கூடும். ஆனால் எளிய வாழ்க்கை அனுபவமாக நேரடியாக விவரிக்கப்படும் போது அடையும் நெருக்கமும் கற்றுத் தரும் பாடமும் மனதில் ஆழமாகப் பதிந்துவிடுகிறது.

தமிழில் இதுபோன்ற கதைக்களம் கொண்ட ஒரு நாவல் வெளியாகியுள்ளது. சல்வான் என்ற நாவலை எழுதியவர் பாண்டியக்கண்ணன். இவர் மதுரை திருமங்கலம் கட்டாரம்பட்டியைச் சேர்ந்தவர். விருதுநகர் அரசு சுகாதாரத் துறையில் மோட்டார் பணிமனையில் பணியாற்றுகிறார்.

மலம் அள்ளும் துப்புரவுத் தொழிலாளர் வாழ்க்கை குறித்து இந்நாவலை எழுதியிருக்கிறார். இந்நாவலின் மையப்பொருள் பன்றியே. ஆண் பன்றியைக் குறிக்கும் 'சலவான்' எனும் சொல்லைத்தான் தலைப்பாக்கியிருக்கிறார்.

இந்நாவலில் பன்றிகளை எப்படி அடையாளப்படுத்துகிறார்கள் என்பதை விவரிக்கும் போது. தாலி சலவான் ஆறு, வெங்கா குட்டி எட்டு, மூளி பன்னி ஒன்பது, அள்ளைமறை பதினொன்று, காகுட்டி சலவான் ஆறு, பொட்டை குட்டிக்ளே எட்டு ஆமா வெங்காமட்டம் வல்லையே!" என நுட்பமாக

அடையாளப்படுத்துவது வியப்பளிக்கிறது. பன்றிகளுக்கான உணவு தேடுதல். பன்றிகளின் உணவுப்பழக்கம். மற்றும் துப்புரவுத் தொழிலாளர்களின் அவலநிலை. அவர்கள் அடையும் அவமானங்கள், நகரவாசிகளின் தீண்டாமை மனோபாவம், எனச் சமூக வாழ்வியலைச் சிறப்பாக எழுதியிருக்கிறார்.

காட்டில் ஒடுக்கப்பட்ட மனிதன் எதிர்கொள்ளும் போராட்டம் — ஒருவிதம் என்றால் நகரில் அவன் அடையும் அவமானங்களும் போராட்டமும் அதற்கு சற்றும் குறைவில்லாமல் இருக்கின்றன.

அவன் காட்டை வென்றான் நாவலில் காடு தரும் அனுபவம் மறக்கமுடியாதது. அதைவிடவும் கிழவரின் மன உறுதியும் போராட்டமும் பன்றிகளை அவர் நேசிக்கும் விதமும் நெகிழ்ச்சியூட்டுகிறது.

மருத்துவம் படிக்கிற நாட்களில் சாதிக் கொடுமைகளை அனுபவித்தவர் என்பதால் சாதிய ஒடுக்குமுறைகளுக்கு எதிராகக் குரலிடுவதைத் தனது எழுத்தின் முதன்மைச் செயல்பாடாகக் கொண்டிருந்தார் கேசவரெட்டி. இந்த நாவலும் அதன் அடையாளம் போலவே எழுதப்பட்டிருக்கிறது.

எஸ்.ராமகிருஷ்ணன்

பாதி உடல் கொண்ட பெண்

நவீன மராத்திய இலக்கியத்தின் முக்கிய எழுத்தாளர் விலாஸ் சாரங். இவரது The Women in the Cages என்ற இவரது சிறுகதைகளின் தொகுப்பினை பத்து ஆண்டுகளுக்கு முன்பாக வாசித்திருக்கிறேன். ஆங்கிலப் பேராசிரியரான இவர் காப்கா, பெக்கட், போர்ஹே, ஹெமிங்வே பாதிப்பில் எழுதவந்தவர்.

1950களின் துவக்கத்தில் புதுக்கதை என்றொரு இயக்கம் மராத்தியில் உருவானது. நவீனக் கதை எழுத்தை உயர்த்திப்பிடித்த இந்த இயக்கத்தில் முக்கிய படைப்பாளியாக இருந்தார் விலாஸ் சாரங், மத்தியதர வாழ்க்கையை மட்டுமே சிறுகதைகள் பிரதிபலிக்கின்றன. மும்பை போன்ற பெருநகரின் அடிநிலை வாழ்வு மற்றும் குற்ற நிகழ்வுகள். உலகமயமாக்கலின் விளைவுகள் போன்றவற்றை எவரும் எழுதுவதில்லை. மேலும் சிறுகதையின் மொழியும் சொல்முறையும் மிகப்பழமையாக இருக்கின்றன. ஆகவே இதில் புதிய மாற்றங்களை உருவாக்க வேண்டும் எனப் புதிய தலைமுறை படைப்பாளிகள் முனைந்தார்கள். அதில் சாரங் வெற்றிகரமான சிறுகதையாசிரியராக உருக் கொண்டார். இவரது சிறுகதைகளில் மேஜிகல் ரியலிசமும் சர்ரியலிசப்

பாணியும் கலந்திருந்தன. இந்தியப் புராணங்களிலிருந்தும் தொன்மங்களிலிருந்தும் தனக்கான கதைக்கருக்களை இவர் எடுத்துக்கொண்டார்.

சில ஆண்டுகள் ஈராக்கில் பணியாற்றிய அனுபவத்தை மையமாகக் கொண்டு மதவாதம் மற்றும் பண்பாட்டு ஒடுக்குமுறைகள் பற்றி சிறுகதைகள் எழுதியிருக்கிறார். இவரது நாவலான In the land of Enki பஸ்ரா நகரின் வாழ்க்கையை விவரிக்கிறது. குறிப்பாக அமெரிக்க வாழ்க்கை பிடிக்காமல் வெளியேறி வந்த ஒருவனின் நிலை கொள்ளாத வாழ்க்கையை நாவல் விவரிக்கிறது.

ஆல்பெர் காம்யூவின் அந்நியன் நாவல் வெளியாகி ஐம்பது ஆண்டுகள் ஆனதை முன்னிட்டு Camus 'S L'Etranger: Fifty Years on என்றொரு தொகைநூல் வெளியாகியுள்ளது. சர்வதேச அளவிலான கட்டுரைகளின் தொகுப்பில் சாரங் எழுதியுள்ள கட்டுரை முக்கிய மானது. தானும் அந்நியனும் இரட்டை பிறவிகள். அதே 1942 ஜூனில் தான் நானும் பிறந்தேன். இடமும் மொழியும் வேறுவேறாக இருந்த போதும் தான் அந்நியனின் சகோதரனைப் போல உணர்வதாகவே சாரங் எழுதியிருக்கிறார். மரணம் குறித்த மெர்சோவின் பார்வை பெரிதும் இந்தியத்தன்மை கொண்டிருக்கிறது. புத்ததுறவியாக சரியான நபர் மெர்சோ. இந்திய தத்துவங்களின் பாதிப்பில்தான் அந்நியன் நாவலை காம்யூ எழுதியிருக்கிறார் என்கிறார் சாரங்.

இவரது விமர்சனக்கட்டுரைகள் பெரிதும் உளவியல் கோட்பாடுகளை கொண்டு இலக்கியத்தை ஆராய்பவை. பிராய்டின் உளவியல் கோட்பாடுகளில் தீவிர பற்றுக் கொண்ட சாரங் அதை பயன்படுத்தி இந்திய இலக்கியத்தை ஆய்வு செய்திருக்கிறார்.

காம்யூவைப் பற்றி மட்டுமில்லை. காப்கா, சார்த்தர், பெக்கட் ஆகிய மூவரையும் பற்றியும் விரிவாக ஆராய்ந்து தனி நூல் ஒன்றை எழுதியிருக்கிறார். இவரது விமர்சனத்தை வாசித்து வியந்த பெக்கட் இந்தியாவின் சிறந்த எழுத்தாளர் என இவரது புத்தகங்களை வெளியிட அமெரிக்கப் பதிப்பகங்களுக்கு சிபாரிசு கடிதம் எழுதியிருக்கிறார்.

கர்நாடகாவின் கார்வாரில் பிறந்தவர் சாரங். அப்பா நீதிபதியாகப் பணியாற்றியவர். சாரங் ஆங்கில இலக்கியத்தில் டாக்டர் பட்டம் பெற்றுள்ளார். ஐந்து ஆண்டுகள் ஈராக்கில்

ஆங்கிலப் பேராசிரியராகப் பணியாற்றியிருக்கிறார். 1988 முதல் மும்பைப் பல்கலைக்கழகத்தின் ஆங்கிலத்துறைத் தலைவராகப் பணியாற்றி ஓய்வு பெற்றார்.

சர்வதேச இலக்கிய இதழ்களில் இவரது சிறுகதைகள் தொடர்ந்து வெளியாகியுள்ளன. The Dinosaur Ship, The Dhamma Man இவரது ஆங்கில நாவல்கள். A Kind of Silence' இவரது ஆங்கிலக் கவிதைகளின் தொகுப்பு.

மராத்தி நவீன இலக்கியத்தில் இரு பெரும் போக்குகளிருந்தன. ஒன்று புதுக்கதை இயக்கம் மற்றொன்று தலித் இலக்கியம். புதுக்கதை இயக்கத்திலிருந்து உருவானவர் சாரங். இவரது நண்பர்களாக திலிப் சிதாரே. அருண் கொலாட்கர் போலவே இவரும் இருமொழிகளிலும் எழுதிவந்தார்.

வாமன்ஹோவால், சந்தனாஷிவ் கேஷவ் மேஷ்ராம், அர்ஜுன் டாங்களே, சுகராம் ஹிம்வாலே, யோகிராஜ் வாக்மரே, ஷரண்குமார்லிம்பாலே, பாஷ்கர், ப்ரகாஷ் காரத், ஊர்மிளா பவார், பீமசேன தேடே நாம்தியோ தாசல், தயாபவார் போன்றோர் மராத்திய தலித் இலக்கியத்தில் குறிப்பிடத்தக்கவர்கள்.

தமிழைப் போலவே மராத்தியிலும் அதன் முக்கிய இலக்கியப் போக்கினைச் சிறுபத்திரிகைகளே தீர்மானித்தன. ஆங்கில இலக்கியம் படித்த புதிய தலைமுறையினர் மராத்தி இலக்கியத்தின் முக்கியப் படைப்புகளை ஆங்கிலத்தில் மொழியாக்கம் செய்து வெளியிட்டார்கள். குறிப்பாக அர்ஜுன் டாங்ளே தொகுத்த "நஞ்சான ரொட்டி" (Poisoned Bread) முக்கியமானது

மராத்திய தலித் இயக்கத்தின் முக்கிய கவிஞர் நாம் தியோ தாசல். 1972 இல் வெளியான அவரது முழுவட்டம்' என்ற கவிதை நூல் பெரும் வரவேற்பைப் பெற்றது. காரணம் அது மராத்திப் பேச்சு மொழியில் எழுதப்பட்டிருந்தது. வேசைகளைப் பற்றி ஆபாசக் கவிதைகள் என்ற விமர்சனக்குரலும் எழுந்தது. சர்வதேச அளவிலான இலக்கிய இதழ்களில் சாரங் தொடர்ந்து சிறுகதைகள் எழுதி வந்தார். பன்னாட்டு கருத்தரங்குகள், பயிற்சி முகாம்களிலும் கலந்து கொண்டிருக்கிறார்.

விலாஸ் சாரங்கின் புகழ்பெற்ற சிறுகதை An Interview with. M.Chakko. இது ஒரு மேஜிகல் ரியலிசக்கதை. சாக்கோ என்ற நபரின் நேர்காணல் போல் எழுதப்பட்டுள்ளது. கப்பல்

விபத்து ஒன்றில் உயிர்தப்பி சாக்கோவும் அவரது நண்பரும் ஒரு தீவை அடைகிறார்கள். அந்தத் தீவின் பெயர் லோர்சன். விசித்திரமான அந்தத் தீவில் பாதி உடல் கொண்ட பெண்கள் மட்டுமேயிருந்தார்கள். பெண்களின் எண்ணிக்கை மிகவும் குறைவு என்பதால் இடுப்பிற்கு மேல் உள்ள பெண் அல்லது இடுப்பிற்குக் கீழ் உள்ள பெண் எனத் துண்டிக்கப்பட்டுத் தனித்தனியே இருந்தார்கள். அந்தத் தீவில் திருமணம் செய்து கொள்வதன் வழியாக மட்டுமே பெண் கிடைக்கக்கூடும். குழந்தைகள் டெஸ்ட்டியூப் வழியாக பிறந்தார்கள். அவர்களை வளர்க்கும் பொறுப்பு அரசாங்கத்தை சார்ந்தது.

சாக்கோ அரசிற்கு விண்ணப்பம் செய்கிறார். முடிவில் அவருக்கு ஒரு பெண் ஒதுக்கப்பட்டுள்ளதாகத் தகவல் கிடைக்கிறது. எந்தப் பெண்ணைத் தேர்வு செய்வது, இடுப்பிற்கு கீழாக உள்ளதா, இல்லை இடுப்பிற்கு மேலாகவா என யோசித்து இடுப்பிற்குக் கீழ் உள்ள பெண்ணே இன்பம் தருகிறவள் என கா ஸ்ரீநோம் என்ற பெண்ணை வீட்டிற்குக் கொண்டுவருகிறார்.

பாதி உடல் கொண்ட பெண் என்றாலும் உயிருள்ளவள். எல்லாப் பெண்ணையும் போல அவள் இன்பம் தருகிறாள். ஒரு நாள் அலுவலகத்தில் பிரச்சினை. கவலை. அதைப்பற்றிப் பேசுவதற்கு துணை தேடுகிறார். ஆனால் காஸ்ரீநோம் இடுப்பிற்குக் கீழ்மட்டுமே உள்ளவள். அவளால் எப்படிப் பேச முடியும். ஆகவே அவசரமாக திருமணப்பிரிவை தொடர்பு கொண்டு இன்னொரு பெண் தேவை எனக் கேட்கிறார். இடுப்பிற்கு மேலே மட்டுமே உள்ள ஒரு பெண்ணைத் தருகிறார்கள்.

ஒரு நேரம் ஒரு பெண்ணோடு மட்டுமே வாழ வேண்டும் என்ற நிபந்தனை காரணமாக இரண்டு உடல்களையும் ஒரு கயிறு போட்டு ஒன்றாகக் கட்டுகிறார். அப்படியும் முழுப் பெண்ணாக அவருக்குக் கிடைக்கவில்லை. இது என்ன வாழ்க்கை எனச் சலித்துக் கொள்கிறார்.

இந்தத் தீவிற்குப் பக்கத்தில் ஒரு தீவு உள்ளது. அதன் பெயர் அமருகா. அங்கே பெண்கள் முழுமையாக இருப்பார்கள். ஆண்கள் இரண்டு துண்டாகப் பிரிக்கப்பட்டிருந்தார்கள். ஆகவே எப்படியாவது தப்பி அந்தத் தீவிற்குப் போய்விட

வேண்டும் என நினைத்து ரகசியப் பயணம் மேற்கொள்கிறான். நீண்ட காலத்திற்குப் பிறகு முழுப் பெண்களைக் காணும் போது உணர்ச்சிவசப்பட்டுவிடுகிறான். எல்லோருமே அழகிகளாகத் தெரிகிறார்கள். உடல் எவ்வளவு முக்கியமானது என்பதை உணருகிறான்.

ஒரு வேசையிடம் போய் இரவெல்லாம் அவள் உடலை வெறித்துப் பார்த்துக்கொண்டேயிருக்கிறான். அந்தத் தீவிலிருந்த ஒரு பெண்ணோடு வாழ ஆரம்பிக்கிறான். கதையின் முடிவு அதிர்ச்சிகரமானது. அதை வாசகரே படித்து அறிய வேண்டும்.

அர்த்தநாரியாக நேர்கோட்டில் இரண்டு துண்டாகப் பெண்ணும் ஆணும் பிரிக்கப்பட்டதை உருமாற்றி கிடைவெட்டாக இரண்டு உடல்களாக மாற்றியிருக்கிறார். ஆனால் அப்படி மாற்றியதன் வழியே பெண்ணோ, ஆணோ வெறும் பாலுறவுக் கருவிகள் தானா என்ற கேள்வியை எழுப்புகிறார். இந்தியச் சமூகம் குறித்த மிக முக்கியமான சிறுகதை இது.

இன்னொரு விதத்தில் இக்கதை தந்தையின் கட்டளைப்படி தாயின் தலையை துண்டித்த பரசுராமன் மீண்டும் உயிர் கொடுக்கும் போது வேறு ஒரு பெண் தலையை ஒட்டிவிடும் புராண நிகழ்வும் நினைவில் வந்து போகிறது.

கேப்ரியல் கார்சியா மார்க்வெஸின் மிகப்பெரும் சிறகுகளுடன் ஒரு வயோதிகன்' சிறுகதையில் வானிலிருந்து பெலயோ வீட்டின் முன்னால் மழை நாளில் விழுந்துகிடக்கும் மிகப்பெரிய சிறகுள்ள கிழவன் எப்படி மாயத்தின் அடையாளமாக இருக்கிறானோ அது போலவே சாரங் கதையில் வரும் பாதிப் பெண்ணிருக்கிறாள். மார்க்வெஸ் கதையில் அவன் ஒரு தேவதூதன். குழந்தைக்காகத்தான் வந்து கொண்டிருந்திருக்க வேண்டும். வயோதிகம் காரணமாக மழை அவனைக் கீழே வீழ்த்திவிட்டது என பெலயோ நினைக்கிறான்.

சிறகுள்ள கிழவனை மக்கள் கூடி வேடிக்கை பார்க்கிறார்கள். அவனைக் கண்காட்சியாக வைத்து பெலயோ காசு சம்பாதிக்கிறான். பின்பு அந்த மாயம் மறைந்துபோய்விடுகிறது. கதையின் முடிவில் கிழவன் தட்டுத்தடுமாறி வானில் பறந்து போய்விடுகிறான். கதையின் மையமாக சிறகுகளை உடைய கிழவன் இருந்தாலும் கதை பேசுவது அவனை எப்படி மக்கள் எதிர்கொள்கிறார்கள் என்பதையே.

சாரங் கதையிலும் பாதிப்பெண்ணை எதிர்கொள்கிறவன் அவளின் மற்ற பாதியைக் கற்பனை செய்து கொள்கிறான். முழுப்பெண்ணை நாம் புரிந்துகொள்ளவேயில்லை. அவளது பாலுறுப்புகளே அவளது அடையாளமாக மாறிவிட்டிருக்கின்றன என்கிறார் சாரங்.

மும்பையில் நடக்கும் பிள்ளையார் சதுர்த்தி விழாவை ஒட்டி கடலில் கொண்டு போய் பிள்ளையாரைக் கரைக்கிறார்கள். அதிலிருந்து உயிர்தப்பி எப்படி பிள்ளையார் ஓடுகிறார் என்று A Revolt of the Gods சிறுகதையில் எழுதியிருக்கிறார்.

இன்னொரு கதையில் வேசைகள் வெளியுலகில் நடக்கும் அரசியல், தேர்தல் மற்றும் ஊழல் குறித்து சலித்துக்கொள்கிறார்கள். அப்போது ஒரு பத்திரிக்கையாளன் தான் பண்பாடு பற்றி எழுதப்போவதாகக் கூறுகிறான். பண்பாடு என்றால் என்னவென்று ஒரு வேசை கேட்கிறாள். ஒழுக்கம், நன்மைகள் என பத்திரிகையாளன் தடுமாறுகிறான். அந்த உரையாடலில் நோபல் பரிசு பெற்ற ஒரு எழுத்தாளன் ஐரோப்பாவில் தன்னை சந்தோஷப்படுத்திய வேசைகளுக்கு நன்றி தெரிவித்துள்ள தகவலைக் கேள்விப்பட்டு அவர்கள் இவனாவது நன்றி தெரிவித்தானே என ஆதங்கப்படுகிறார்கள்.

இவரது தி தம்மா மேன் நாவல் புத்தரின் வாழ்க்கையைக் கூறுகிறது. காம்யூவின் நாவலை நினைவூட்டுவது போல வாழ்வின் வெறுமையை உலகை விட்டு ஒதுங்கிய மாளிகையில் வாழும் சித்தார்த்தன் உணர்வது போல எழுதியிருக்கிறார்.

மேஜிகல் ரியலிசம் என்பது வெறும் எழுத்துமுறையில்லை. அது உலகைப் புரிந்து கொள்ளும் வழிமுறை. கற்பனையும் நிஜமும் ஒன்று கலந்து உண்மையைத் தேடும் முயற்சி. கற்பனையை நாம் எவ்வாறு புரிந்து வைத்திருக்கிறோம் என்பதைப் பற்றிய மீளாய்வு என்கிறார் சாரங்.

"The Odour of Immortality" சிறுகதையில் வரும் சம்பா தனது சொந்த ஊரான நேபாளத்திற்குத் திரும்பிப் போவதற்காக விபச்சாரத்தில் ஈடுபடுகிறாள். தான் விடுதலை பெற ஐம்பதாயிரம் ரூபாயை நிர்வாகிக்குத் தர வேண்டும், ஆகவே நிறைய வாடிக்கையாளர்கள் வந்து போக வேண்டும் என நினைக்கிறாள். இதனால் உடல் முழுவதும் யோனி இருந்தால் நன்றாக இருக்குமே என விரும்புகிறாள். இதற்கு சத்யேந்திரா என்ற துறவி உதவி செய்கிறான். மந்திர சக்தியால் அவளுக்குப்

பத்து யோனிகளை உண்டாக்கிவிடுகிறான். இதனால் ஒரே நேரம் பத்து வாடிக்கையாளர்களை அவள் சந்தோஷப்படுத்த முடியும். சம்பா இதனால் மகிழ்ச்சி அடைகிறாள்.

ஆனால் அவளுடன் உறவு கொள்ளும் வாடிக்கையாளர்கள் மறுநாள் ஆண்மையை இழந்துவிடுவதால் அவளை யாரும் நாடி வரவில்லை. ஒருநாள் அவளைத் தேடி ஒரு பிச்சைக்காரன் வருகிறான். அவன் தன்னோடு உறவு கொள்ள அழைக்கிறான். அதை சம்பா ஏற்றுக்கொள்கிறாள். அப்போதுதான் தெரிகிறது, வந்திருப்பது கடவுள் இந்திரன்.

தன்னோடு உறவு கொள்பவனின் ஆண்மை போய்விடும் என்கிறாள் சம்பா. காமத்தால் அலைக்கழிந்து தவிக்கும் தான் அதிலிருந்து விடுபடவே அவளைத் தேடி வந்துள்ளதாகச் சொல்கிறான் இந்திரன். முடிவில் அவனது வரத்தால் உடலில் இருந்த யோனிகள் மறைந்து போய் உடல் முழுவதும் கண்கள் உருவாகிவிடுகின்றன. கதையின் முடிவில் எய்ட்ஸ் நோயால் சம்பா இறந்து போகிறாள். அவளை அந்தப் பகுதி மக்கள் கடவுளாக வழிபடுகிறார்கள்.

இப்படி புராணத்தையும் சமகால வாழ்க்கையினையும் ஒன்று கலந்து புதிய சிறுகதைகளை எழுதியிருக்கிறார் விலாஸ் சாரங்.

ஆங்கில இலக்கியம் கற்பித்த சாரங் தனக்கு விருப்பமான புத்தகமாக யூலிசஸ் நாவலைக் குறிப்பிடுகிறார். இதைப் பல ஆண்டுகள் ரசித்து ரசித்து பாடம் எடுத்திருக்கிறார்.

ஆங்கிலத்தில் எழுதும் இந்திய எழுத்தாளர்கள் பலருக்கும் கிடைத்த கௌரவமும் விருதுகளும் இவருக்குக் கிடைக்கவில்லை. அந்த ஆதங்கம் அவரை வாழ்நாள் முழுவதும் வாட்டியது. தன் வாழ்நாள் முழுவதும் சாமுவேல் பெக்கட்டைக் கொண்டாடி மகிழ்ந்த சாரங் இரண்டு ஆண்டுகளுக்கு முன்பு மரணமடைந்த நாள் பெக்கட்டின் பிறந்த தினமாகும்.

நவீன கன்னடக் கதைகளும் திவாகர் காட்டும் சென்னையும்

சென்னையைப் பற்றி புதுமைப்பித்தன் காலம் துவங்கி இன்று வரை எவ்வளவோ சிறுகதைகள் — எழுதப்பட்டுள்ளன. தமிழில் மட்டுமின்றி மலையாளத்திலும் சென்னையை மையமாகக் கொண்ட சிறுகதைகள் சில எழுதப்பட்டுள்ளன. கன்னட சிறுகதையாசிரியரான திவாகர் சென்னையின் மறுபக்கத்தை அடையாளம் காட்டுவது போல தனித்துவமிக்க சில சிறு கதைகளை எழுதியிருக்கிறார். கோடம் பாக்கமும் சூளைமேடும் கோபால புரமும் அவரது கதையில் வேறு வடிவம் கொள்கின்றன.

கன்னட எழுத்துலகில் தனித்துவமானவர் எஸ். திவாகர். இவரது சிறுகதைகளில் சிலவற்றை தி. சு. சதாசிவம் மொழியாக்கம் செய்து அந்தரத்தில் நின்ற நீர்' என்ற தொகுப்பாக வெளியிட்டிருக்கிறார்.

சென்னையிலுள்ள அமெரிக்க தகவல் மையத்தில் பணியாற்றி ஓய்வு பெற்றவர் திவாகர். சாகித்ய அகாதமி விருது, கதா விருது உள்ளிட்ட பல்வேறு முக்கிய விருதுகளைப் பெற்றிருக்கிறார். தற்போது பெங்களூரிலுள்ள பதிப்பகம் ஒன்றின் எடிட்டராகப் பணியாற்றி வருகிறார்.

கன்னட சிறுகதைகளில் தலித் இலக்கியம் சார்ந்த கதைகள் — தனிவகைமை கொண்டவை. இன்னொரு வகை நவீன், பின் நவீனத் துவக் கதையாடல் கொண்டவை. திவாகர், யஷ்வந்த சிதாலே, சரத் அனந்தமூர்த்தி போன்றோர் எழுதும் சிறுகதைகள் இவ் வகையைச் சேர்ந்தவை.

தொன்மங்களையும் நாட்டார் கதை மரபையும் சிறு கதைகளின் வழியே மீட்டுருவாக்கம் செய்கிறார்கள் இன்றைய கன்னட சிறுகதையாசிரியர்கள். உலகமயமாக்கலின் விளைவு களைக் கன்னட சிறுகதைகள் சுட்டிக்காட்டுகின்றன.

கன்னட எழுத்தாளரான சாரா அபுபக்கர் எழுதிய 'சந்திரகிரி ஆற்றங்கரையில்' என்ற நாவல், தமிழில் தி.சு. சதாசிவம் அவர்களால் மொழிபெயர்க்கப்பட்டு, மொழிபெயர்ப்புக்கான சாகித்ய அகாடமி விருதைப் பெற்றுள்ளது. இந்நாவல் இஸ்லாமிய சமூகத்தின் திருமண விலக்கு குறித்துக் கடும் விமர்சனங்களை முன்வைக்கிறது. தோப்பில் முகமது மீரான் இதற்கு சிறந்த அறிமுகவுரை எழுதியிருக்கிறார்.

கன்னட சிறுகதைகளைச் செழுமைப்படுத்தியவராக மாஸ்தி வெங்கடேச ஐயங்காரைக் குறிப்பிடுகிறார்கள். கர்நாடக மாநிலம் கோலார் மாவட்டத்தில் தமிழ் பேசும் குடும்பத்தில் பிறந்த இவர் சென்னை பல்கலைக்கழகத்தில் ஆங்கில இலக்கியத்தில் முதுகலைப்பட்டம் பெற்றுள்ளார். இவரது 'சிக்கவீர ராஜேந்திரா' நாவல் மிக முக்கியமான வரலாற்றுப் புனைவாகும். இதற்கு இணையாக கன்னடத்தில் வரலாற்று நாவல் இன்றுவரை எழுதப்படவில்லை. குவெம்புவும் மாஸ்தியுமே கன்னட சிறுகதையின் மூலவர்கள்.

கன்னடத்திலிருந்து நிறைய சிறுகதைகள் தமிழுக்கு மொழியாக் கம் செய்யப்பட்டுள்ளன. கன்னட இலக்கியத்தை தமிழுக்குக் கொண்டுவந்தவர்களில் எழுத்தாளர் பாவண்ணன், நஞ்சுண்டன், தமிழவன், சதாசிவம் இறையடியானும் முக்கியமானவர்கள்.

நஞ்சுண்டன் மரணத்தை மையமாகக் கொண்ட ஆறு கன்னடச் சிறுகதைகளைத் தேர்வு செய்து 'மரணம் மற்றும்..' என்றொரு தொகுப்பு கொண்டுவந்திருக்கிறார். அதில் யஷ்வந்த சித்தாலே, யூ. ஆர். அனந்தமூர்த்தி, ஏ. கே. ராமானுஜன், மருத்யுஞ்சயன், பூர்ணசந்திர தேஜஸ்வி, பி.சி.தேசாய் ஆகிய ஆறு எழுத்தாளர்களின் சிறுகதைகள் இடம்பெற்றுள்ளன.

நஞ்சுண்டன் மிகச்சிறந்த மொழி பெயர்ப்பாளர், இலக்கிய வாசகர். மொழிபெயர்ப்பிற்காக சாகித்ய அகாதமி விருது பெற்றவர்.

யஷ்வந்த சித்தாலே எழுதிய 'கதையானாள் சிறுமி' மறக்க முடியாத சிறுகதைகளில் ஒன்று. மரணப்படுக்கையிலிருக்கும் 13 வயது மகள் எழுத்தாளரான தன்னுடைய அப்பாவிடம், தன்னைப் பற்றி ஒரு கதை எழுதும்படி கேட்கிறாள். துக்கத்திலிருந்த அப்பா வால் அப்போது கதை எழுத முடியவில்லை. பின்பு தன் மகள் பெயரிலேயே ஒரு சிறுமியின் கதாபாத்திரத்தை அமைத்து அக்கதையில் அவளைச் சாகடிக்கிறார். புனைவு உருவாகும் விதம் பற்றிய இக்கதை நவீன கன்னடக் கதைகளில் முக்கியமானது.

பேராசிரியரும் சிறந்த மொழி பெயர்ப்பாளருமான ஏ.கே. ராமானுஜன் 'அண்ணையாவின் மானுடவியல்' என்றொரு சிறந்த சிறுகதையை எழுதியிருக்கிறார். அக்கதை அமெரிக்கப் பல்கலைக்கழகங்களில் நடைபெறும் மானுடவியல் ஆய்வின் மீதான பகடியாகும்.

அமெரிக்காவிற்கு ஆய்வு செய்யச் செல்லும் அண்ணையன் அங்கே இந்தியாவைப் பற்றி மேல்நாட்டவர்கள் எழுதிய புத்தகங்களைப் படிக்கிறான். மரணத்தின்போது செய்ய வேண்டிய சடங்குகள் பற்றி பெரிய புத்தகத்தைப் படிக்கிறான். அதில் சாவுச் சடங்குகளைப் பற்றிய புகைப்படம் ஒன்றைக் காண்கிறான். அது மைசூரில் எடுக்கப்பட்டுள்ளது.

அந்தப் புகைப்படத்தை எடுத்தவன் தன்னூரைச் சேர்ந்த ஸ்டூடியோ வைத்திருக்கும் உறவினன் எனத் தெரிந்து கொள்கிறான். ஒரு குறிப்பிட்ட புகைப்படத்திலிருந்து, அந்த சாவு தன் தந்தையுடையது என்று அவன் அறிந்து கொள்ளும்போது அதிர்ச்சி அடைகிறான்.

காசுக்கு ஆசைப்பட்டுத் தன்னுடைய மொத்த குடும்பத்தையும் இப்படி புகைப்படமாக்கி விற்றிருக்கிறார்கள் என்ற உண்மையை அறிந்து கொள்கிறான். அப்பா இறந்தபோது மொட்டையடிக்கப்பட்ட அம்மாவின் புகைப்படத்தை அண்ணையா கண்டுகொள்வ தோடு கதை முடிகிறது.

நம் சடங்கு சம்பிராதயங்களை நமக்கே அறிமுகம் செய்கின்றன வெளிநாட்டுப் பல்கலைக்கழக ஆய்வுகள். நம் உறவினர்களே அதற்குத் துணை போகிறார்கள். வீட்டில் அப்பா

இறந்து போன போது எடுக்கப்பட்ட புகைப்படங்களைக் காண்பதற்கு ஒருவன் அமெரிக்கா போக வேண்டியுள்ளது என்பதே பகடியின் உச்சம்.

நவீன கன்னடக் கதைகளில் இதுபோன்ற பகடியும் மாயத் தன்மையும் ஒன்று கலந்திருக்கின்றன.

திவாகரின் சிறுகதைகள் மாயமும் யதார்த்தமும் இணைந்தவை. மீமாயப்புனைவுகளை எழுதுவதில் அதிக விருப்பம் கொண்டவர். கதை சொல்வதிலும் கவித்துவ மொழியைப் பயன்படுத்துவதிலும் தனித்துவம் கொண்டவர். உளவியல் தன்மை கொண்ட கதையாடலே இவரது பலம்.

இவரது 'மிருத்யுஞ்சய சிறுகதையில் போஸ்ட்மார்ட்டம் செய்யும் வேலைக்கு வரும் இளம் மருத்துவன் கொண்டுவரப்பட்ட பிணத்தைக் குறித்து மேல் விவரங்கள் தெரிந்து கொள்ள ஆசைப்பட்டு கற்பனையான எண்ணங்களை உருவாக்கிக்கொள்கிறான். இதனால் பிணத்தின் பின்னுள்ள அறியப்படாத மர்மங்கள் அவிழ ஆரம்பிக்கின்றன.

இறந்து கிடப்பவன் பெயரே மிருத்யுஞ்சயன். இறந்து போன வனுக்கு எதற்குப் பெயர்? அவனை எப்படி அழைப்பது என இளம் மருத்துவன் யோசிக்கிறான். மிருத்யுஞ்சயன் சில நாட்களுக்கு முன்பாகவே சென்னை வந்திருக்கிறான். இந்தப் பெயரைக் கொண்டு அவன் சாதியை அடையாளம் கண்டு கொள்ள முடியவில்லை என அனுமானம் கொள்கிறான். கதையின் ஊடாக கூவத்தின் நாற்றத்தை எடுத்துக்காட்டுகிறார் திவாகர்.

சென்னை திரையரங்குகள் பற்றியும் எம்.ஜி.ஆருக்கு வைக்கப்பட்டிருந்த கட் அவுட்டுகள் பற்றியும் இக்கதை குறிப்பிடுகிறது. இறந்தவனின் முகவரியைத் தேடிச் செல்லும் மருத்துவன் தற்செயலாக ராதா என்ற இளம்பெண்ணின் புகைப்படத்தைக் கண்டெடுக்கிறான். இதைக் கொண்டு ராதாவைத் தேட ஆரம்பிக்கிறான். அப்போது ராதா கொல்லப்பட்டதையும் அதற்குப் பழிவாங்க மிருத்யுஞ்சயன் முயன்றதையும் அறிந்து கொண்டு பலரிடமும் அது பற்றி விசாரணைகள் மேற்கொள்கிறான். அநாதைப் பிணமாக வந்த மிருத்யுஞ்சயன் இப்போது நண்பன் போலாகிவிட்டதாக டாக்டர் உணர்வதுடன் கதை நிறைவு பெறுகிறது. இறந்தவனின்

அடையாளங்களைத் தேடும் பணியில் சென்னையின் அடித்தட்டு வாழ்க்கையை திவாகர் அழகாக விளக்குகிறார்.

'குரூரம்' சிறுகதையின் முக்கிய கதாபாத்திரத்தின் பெயர் திருச்செந்தூர் ஸ்ரீநிவாசராகவாச்சாரி. கதை கோடம்பாக்கம் ரயில் நிலையத்தைச் சுற்றி நடக்கிறது. அபிபுல்லா சாலையிலிருந்த ஆண்டாள் இல்லத்தில் தான் கதை நிகழ்கிறது. பாண்டி பஜாருக்குப் போவதற்காக மாசிலாமணி தெருவழியாகச் செல்லாமல் கோடம் பாக்கம் ரயில் நிலையத்திற்குள் போய் ரயில்வே தண்டவாளம் ஓரமாகவே நடந்து சுற்றிக்கொண்டு போவாள் அலமேலு என எழுதுகிறார் திவாகர்.

இந்த இடங்களில் சுற்றித்திரிந்தவன் என்ற முறையில் சென்னையை திவாகர் நன்றாக வாழ்ந்து அனுபவித்தே எழுதியிருக்கிறார் என்பதைப் புரிந்துகொள்ள முடிகிறது.

பாண்டி பஜார் சாலையில் தென்படும் பாம்பாட்டிகூட கதையில் இடம்பெறுகிறான். அலமேலுவின் அம்மா தீவிரமான கல்கி வாசகி. அப்பாவியான அலமேலு எதிர்பாராத விதமாகக் கொல்லப்படுவதை கதை மையம் கொள்கிறது. கதையின் சிறப்பே சென்னையை அது சித்தரிக்கும் விதம்தான்.

'ஒரு நிகழ்ச்சி' என்ற சிறுகதையில் வரும் டாக்சியில் டேஷ்போர் டின் மீது அண்ணா, முருகன் மற்றும் எம்ஜிஆரின் சிறிய படங்கள் தொங்கவிடப்பட்டுள்ளன. 'தினத்தந்தி' படிக்கிறான் டிரைவர். ராயப்பேட்டைக்குச் செல்வதற்காக இளம் வேசை ஒருத்தியை அழைத்துப் போகிறான். ஒவ்வொரு விளக்குக் கம்பத்திலும் உலகம் சுற்றும் வாலிபன்' படத்திற்கான விளம்பரப் பலகை வைக்கப்பட்டிருப்பதை அப்பெண் காண்கிறாள். அவள் சிந்தாதிரிப்பேட்டைக்குப் போகிறாள். சேரிப்பகுதி கண்ணில் படுகிறது. திராவிட முன்னேற்ற கழக கட்சிக் கொடி பறந்து கொண்டிருப்பது தெரிகிறது. திடீரென மாதவிலக்கு அடைந்து அவள் காரின் பின்சீட்டில் சிந்திய ரத்தத் துளிகளை டிரைவர் துடைப்பதுடன் கதை நிறைவு பெறுகிறது.

'வழிகள் நூறாறு ஒளியின் அரண்மனைக்கு' என்றொரு சிறுகதை. தலைப்பே எவ்வளவு கவித்துவமாக உள்ளது பாருங்கள். இக்கதை திருவல்லிகேணியில் நடைபெறுகிறது. மன்னார்குடி கோதண்டபாணியின் கதையது. மௌனப்பட நடிகரான அவர் தன் நினைவுகளில் ஊறிக்கிடக்கிறார்.

‘கீசகவதம்’ படத்தில் தன் நடிப்பைப் பாராட்டி நடராஜ முதலியார் கொடுத்த பரிசைப் பற்றி நினைத்துக் கொள்கிறார். திரைமொழியின் அடர்த்தியிலே கதை விவரிக்கப்படுகிறது.

தென்னாட்டின் முதல் சலனப்படமான ‘கீசகவதம்’ 1916ஆம் ஆண்டு சென்னையில் தயாரிக்கப்பட்டு வெற்றிகரமாகத் திரையிடப்பட்டது. தமிழ் சினிமாவின் முதல் சலனப்படத்தைத் தயாரித்தவர், சென்னையில் கார்களை இறக்குமதி செய்யும் வியாபாரம் செய்து வந்த வேலூரைச் சார்ந்த ஆர். நடராஜ முதலியார்.

ஒருநாள் கெயிட்டி தியேட்டருக்குச் சென்று பார்த்தார். சினிமா உலகம் அவரை மயக்கியது. சினிமா மீதான ஆசையில் கம்பெனியைக் கைவிட்டு தானே சொந்தமாக ஒரு சினிமா தயாரிக்க ஆர்வம் கொண்டார். சினிமா தயாரிக்க கேமிரா நுணுக்கங்களைக் கற்றுக்கொள்ள பூனாவிற்குப் பயணம் செய்தார்.

முழுமையான பயிற்சிக்குப் பிறகு சென்னை திரும்பிய நடராஜ முதலியார் தனது புதிய படப்பிடிப்பு நிலையத்தை சென்னை கீழ்ப்பாக்கம் மில்லர்ஸ் சாலையில் அமைந்த ‘டவர் ஹவுஸ்’ என்ற பங்களாவில் 1916ஆம் ஆண்டு தொடங்கினார். அதற்கு ‘இந்தியா ஃபிலிம் கம்பெனி’ என்று பெயர் வைத்தார்.

1916 ஆம் ஆண்டு ‘கீசகவதம்’ என்ற மகாபாரதத்தின் கிளைக் கதையை மௌனப் படமாக சென்னையில் தயாரித்தார். தமிழர் ஒருவரால் தயாரிக்கப்பட்ட முதல் சலனப்படம் அதுவே. ‘கீசகவதம்’ படத்திற்கான படப்பிடிப்பு 35 நாட்கள் நடைபெற்றது. 6000 அடி நீளத்தில், 35,000 ரூபாய் செலவில் ‘கீசகவதம்’ 1916 ஆம் ஆண்டில் வெளியானது

அப்படத்தில் முக்கிய கதாபாத்திரமாக மன்னார்குடி கோதண்டபாணியின் கதாபாத்திரத்தை திவாகர் உருவாக்கி யிருக்கிறார். இதுவரை எந்தத் தமிழ் எழுத்தாளரும் தொடாத கதைக் களமிது. மௌனப்பட நாயகனான மன்னார்குடி கோதண்டபாணி தன் காலம் முடிந்து போய் சினிமா உருமாறவே கைவிடப்பட்ட ஒருவராகத் தனிமையில் வாழ்ந்துவருகிறார்.

பேய்மாளிகை போன்றிருந்த அந்த வீட்டிற்கு ஒரு நாள் பேட்டி காண வருகிறார் சினிமா நிருபர் ஜெயமணி. அவர் எம்ஜிஆரின் வீட்டிற்கெல்லாம் போய் பேட்டி

எடுத்திருக்கிறார். இந்த பேய் பங்களா அவரை அச்சுறுத்துகிறது. நேர்காணல் துவங்குகிறது. தன்னுடைய காலம் முடிந்து போகவில்லை, இப்போதும் வெளியே அதே மௌனயுகம் இருப்பதாக மன்னார்குடி கோதண்டபாணி கூறுகிறார். அது ஜெயமணிக்குப் புரியவில்லை. அவர் ஒரு கற்பனை யுலகில் வாழ்கிறார். அதில் காலம் மௌனப்பட யுகத்திலே உறைந்து போயிருக்கிறது என்பது மெல்ல பிடிபடுகிறது.

'உங்களை எவரும் பேசும்படத்தில் நடிக்க கேட்கவில்லையா?' என ஜெயமணி கேட்கிறார்.

'மூவிடோன்ல இருந்து வந்து கேட்டாங்க. நான்தான் பேச முடியாதுனு விரட்டி விட்டுட்டேன்' என்கிறார் மன்னார்குடி கோதண்டபாணி.

அந்தக் கோபம் பேசும் படத்திற்கு எதிரான கோபம்.

கோதண்டபாணிக்கு யார் எம்.ஜி.ஆர், யார் சிவாஜி என்றே தெரியவில்லை. கடந்தகாலத்தின் நினைவுகளில் வாழும் மன்னார் குடி கோதண்டபாணியின் அவலமே கதையின் மையம். இக் கதையை வாசிக்கும்போது பில்லி ஒயில்டர் இயக்கிய 'சன்செட் பொலிவார்டு' திரைப்படம் நினைவிற்கு வந்து போனது. அது திரையில் எழுதப்பட்ட ஒரு காவியம்.

மௌனப்பட உலகின் வெற்றி பெற்ற நாயகியாக இருந்த நார்மா, சினிமா உலகால் புறக்கணிக்கப்பட்டவளாக தனியே ஒரு பேய் பங்களா போன்ற ஒன்றில் வாழ்ந்து கொண்டிருக்கிறாள். மறுபடியும் சினிமா நட்சத்திரமாக ஜொலிக்க வேண்டும் என்ற வெறி அவளுக்குள் கொந்தளிக்கிறது. அந்தப் பெண்ணிடம் எதிர் பாராதவிதமாக ஒரு திரைக்கதை ஆசிரியன் மாட்டிக்கொள்கிறான். அவர்கள் இருவருக்குள்ளும் உருவாகும் நட்பும் அவளது தீராத ஆசைகளும், கனவுகளுமே படத்தின் மையக்கரு.

திரைக்கதை எழுத்தாளரான ஜோ கில்லிஸ் ஒருநாள் நார்மா டெஸ்மெண்ட் என்ற வயதான நடிகையைச் சந்திக்கிறான். அவளது வீடு, ஒப்பனை, பகட்டான அலங்காரம் யாவும் கடந்தகால வாழ்வில் இருந்து அவள் மீளவேயில்லை என்பதைக் காட்டுகிறது. தனியே வீட்டில் வசிக்கும் நார்மா டெஸ்மாண்ட் இப்போதும் தனக்கு ரசிகர்கள் தினம் ஆயிரம் கடிதம் எழுதுவதாக நம்புகிறாள். அதனால் தன்னை

எப்போதுமே ஒப்பனை செய்து கொண்டு தான் நடிக்க உள்ள புதிய படம் பற்றிய கனவுகளுடன் இருக்கிறாள்.

அவளை ஏமாற்றிப் பணம் பறிக்கத் துவங்குகிறான் கில்லிஸ். ஒரு நாள் அவளது வீட்டிற்கு ஹாலிவுட் ஸ்டுடியோ ஒன்றில் இருந்து போன் வருகிறது. அவளிடம் உள்ள பழைய கார் ஒன்று படத்தில் நடிக்கத் தேவை என்பதற்காகப் பேசுகிறார்கள். அவளோ தன்னை மறுபடி நடிக்கக் கூப்பிடுகிறார்கள் போலும் என்று தவறாக நினைத்துக்கொண்டு தனது பழைய காருடன் ஸ்டுடியோவிற்குப் போகிறாள்.

அங்கே படப்பிடிப்பு அரங்கில் இருந்த சிசில் பிடிமிலியைச் சந்திக்கிறாள். சிசில் பி டிமிலி அவளை வரவேற்று தனது இருக்கையில் அமரச் செய்து படப்பிடிப்பை வேடிக்கை பார்க்கச் சொல்கிறார். மௌனப்படத்தில் இருந்து டாக்கி எனும் பேசும்படம் வந்ததை அவளால் ஏற்றுக்கொள்ளவே முடியவில்லை. பேசும் படத்தில் நடிப்பை விட வார்த்தைகள் முக்கியமாகிவிட்டது என்று குற்றம் சொல்கிறாள். நார்மாவை எப்படி வெளியே அனுப்புவது என்று புரியாமல் டிமிலி திண்டாடுகிறார். திடீரென அவள் மீது ஒரு ஒளிவட்டம் பாய்கிறது. அந்த ஒளியில் அவள் ஒரு தேவதை போல மின்னுகிறாள்.

நார்மா தனது கடந்த காலத்திலிருந்து மீளவே இல்லை என்பதை உணர்ந்து கொண்ட சிசில் பி டிமிலி அவளை ஆறுதல் படுத்தி அனுப்பிவைக்கிறார். பெயர் புகழுடன் சினிமா நட்சத்திரமாக வாழ்ந்துவிட்டுப் பின்பு அடையாளமற்றுப் போன பல கலைஞர்களின் சாயல்களை இந்தப் படத்தில் காணமுடிவதே இதன் சிறப்பம்சம். நார்மா ஒரு குறியீடு. மௌன சினிமாவின் அடையாளம். 1950 ஆம் ஆண்டு வெளியான இந்தப்படம் மூன்று ஆஸ்கார் விருதுகளைப் பெற்றுள்ளது.

இன்றுள்ள சினிமாவில் நடிகருக்கு வசனங்கள் தேவையாக இருக்கிறது. நாங்கள் வசனங்களை நம்பவில்லை. முகத்தை நம்புகிறோம். பேசவேண்டியதைத் தானே வெளிப்படுத்திவிடக்கூடியது முகம் என்று நார்மா ஒரு காட்சியில் சொல்கிறாள்.

அதுபோலவே Great stars have great pride என்ற படத்தில் நார்மா ஒரு வசனத்தில் குறிப்பிடுகிறாள். அது இந்தக் கதைக்கும் பொருத்த மானதாகும்.

தமிழின் மௌனப்படம் ஒன்றினைப் பற்றி கன்னடத்தில் ஒரு எழுத்தாளர் சிறுகதை எழுதியிருக்கிறார் என்பது வியப்பூட்டுகிறது. அதுபோலவே தமிழ் சினிமாவின் கடந்த காலத்தை எவ்வளவு நுட்பமாக திவாகர் அறிந்து வைத்திருக்கிறார் என்று அறியும்போது பிரமிப்பாகவே உள்ளது. திவாகரின் எழுத்து வல்லமைக்கு இக்கதை ஒரு சான்று.

திவாகரின் சிறுகதைகள் புனைவின் புதிய சாத்தியங்களை நிகழ்த்திக் காட்டுகின்றன. சென்னையைக் கன்னட எழுத்தாளர் ஒருவர் துல்லியமாகப் பதிவு செய்திருக்கிறாரே என வியப்பாக உள்ளது. திவாகரின் மற்ற படைப்புகளும் தமிழுக்கு வர வேண்டும். அதுவே அக்கலைஞனுக்கு நாம் அளிக்கும் மரியாதை.

கோல்கீப்பரின் எல்லை

கால்பந்து விளையாட்டினை முன்வைத்து லத்தீன் அமெரிக்காவில் நிறைய சிறுகதைகள் வந்துள்ளன. ஆனால் நான் அறிந்தவரை மலையாள எழுத்தாளர் என். எஸ். மாதவன் எழுதிய சிறுகதை ஹிக்விட்டாவிற்கு நிகரான சிறுகதை எதுவுமில்லை.

மலையாளச் சிறுகதையுலகில் பஷீர், தகழி, காரூர் நீலகண்டபிள்ளை, பத்மராஜன் எம்.டி.வாசுதேவன் நாயர் துவங்கி சேது, சக்கரியா, டி. பத்மநாபன், கமலாதாஸ், ஆர்.உன்னி, கே.ஆர். மீரா, சிஹாபுதீன், சந்தோஷ் எச்சிகானம் வரை நிறைய வாசித்திருக்கிறேன். ஆனால் என்.எஸ். மாதவனையே அதன் மிக முக்கிய சிறுகதையாசிரியர் என்று சொல்வேன். இவரது லண்டன் பத்தெரியிலேலுத்தீனியர்கள் என்ற சமீபத்திய நாவல் முக்கியமானது.

பெருமரங்கள் விழும்போது என்ற என்.எஸ். மாதவன் சிறுகதை தொகுப்பு சமீபத்தில் நிர்மால்யா மொழி பெயர்ப்பில் வெளியாகியுள்ளது. இதில் 12 சிறுகதைகள் உள்ளன.

பெருமரங்கள் விழும்போது, திருத்தம், ஓலம் ஆகிய மூன்று சிறுகதைகள் இந்தியா

எதிர்கொண்ட மூன்று கலவரங்களின் பின்புலத்தைக் கொண்டவை. சீக்கியர் கலவரம், பாப்ரி மசூதி இடிப்பு, சோவியத் வீழ்ச்சி, குஜராத் கலவரம் எனச் சமகாலப் பிரச்சினைகளைத் தொட்டு எழுதுவதில் என்.எஸ். மாதவன் முக்கியமானவர்.

இத்தொகுப்பிலுள்ள நாவிதன் என்ற கதை ஈராக்கில் அமெரிக்க ராணுவம் சதாமைச் சிறைப்பிடித்த பிறகு நடந்த சம்பவங்களில் ஒன்றை விவரிக்கிறது. இப்படி மலையாளச் சிறுகதையின் பரப்பை உலக அளவில் விஸ்தாரணம் செய்தவர் மாதவன்.

சர்மிஷ்டை என்ற இவரது கதை மகாபாரதக் கதை நிகழ்வைப் புதிய கண்ணோட்டத்தில் அணுகுகிறது. சூளைமேட்டின் சவங்கள் கதை சென்னையில் நிகழ்கிறது. சுடுகாட்டினை ஆய்வு செய்ய வரும் ராகவனின் கதையைச் சொல்கிறது.

மாதவன், 1948ஆம் ஆண்டு எர்ணாக்குளத்தில் பிறந்தார். அங்குள்ள மகாராஜா கல்லூரியில் பொருளியல் படித்தார். பின்னர், திருவனந்த புரத்தில் உள்ள கேரளப் பல்கலைக் கழகத்தில் பொருளியல் முதுகலை பயின்றார். மலையாள இலக்கிய நாளேடான ‘மாத்ருபூமி’ நடத்திய போட்டியில், சிசு என்ற தலைப்பில் சிறுகதை எழுதி முதற்பரிசை வென்றார். 1975 ஆம் ஆண்டில், இந்திய ஆட்சிப் பணியில் சேர்ந்து பீகாரில் பணியாற்றினார். ஆகவே பழங்குடி மக்களின் வாழ்க்கை நிலை பற்றி அவருக்கு நேரடியான அனுபவங்கள் அதிகமிருக்கிறது.

ஹிக்விட்டா கால்பந்தைப் பற்றிய கதையா இல்லை, கோல்கீப்பரைப் பற்றிய கதை. அதுவும் கூடச் சரியில்லை. இளமையில் கால்பந்து விளையாடிய ஒரு கிறிஸ்துவப் பாதரின் கதை என்று வேண்டுமானால் அடையாளப்படுத்திக்கொள்ளலாம்.

கதை முன்பின்னாக நகர்ந்து சில நிகழ்வுகளை விவரிக்கிறது. அது லூசி என்ற ஆதிவாசி சிறுமி ஏமாற்றப்பட்டு டெல்லிக்கு அழைத்துவரப்பட்டது. அதற்குக் காரணமாக இருந்த ஜாபர். அவன் அவளை வேசைத் தொழிலில் ஈடுபட வற்புறுத்துவது. அவளது மறுப்பு. ஜாபரின் ஆத்திரம். அவள் தப்பியோடுவது என நீள்கிறது. மறுபக்கம் கால்பந்தின் மீதான ஃபாதர் வர்கீஸின் ஈடுபாடு. அவரது பால்ய நினைவுகள், அவரது ஆதர்ச கோல்கீப்பரைப் பற்றியதாகக் கதை நகருகிறது.

கொலம்பியாவின் புகழ்பெற்ற கோல் கீப்பர் ரெனே ஹிக்விட்டா. அதிரடியான தனது விளையாட்டின் மூலம் நாயகனாகக் கொண்டப்படுகிறவர். எண் ஒன்று இலக்கமிட்ட அவரது மேலுடையை இளைஞர்கள் விரும்பி அணிகிறார்கள்.

இவர் பந்தைத் தடுப்பது மேஜிக் போலிருக்கும். தன் எல்லையை விட்டு விலகி முன் போய் அவரே தடுத்தாடுவதும். காலைச் சுழற்றிப் பாய்ந்து உதை தருவதும் அவரது விசேஷத் தன்மைகள்.

அதாவது தனது வரையறைக்குள் மட்டுமே நின்று தடுப்பதல்ல ஹிக்விட்டாவின் பாணி. தேவைப்பட்டால் முன்னால் போய்த் தானே குறுக்கிட்டு உதைப்பதற்கு அவர் தயங்குவதேயில்லை. இதைத்தான் கதையின் முடிவில் ஃபாதர் இவர்கீசும் செய்கிறார். ஹிக்விட்டாவிடமிருப்பது வெறும் துணிச்சலில்லை. மாறாக, தன்னை நோக்கிப் பந்து வரும்வரை காத்திருக்க வேண்டியதில்லை என்ற ஆட்டக்காரனின் பாய்ச்சல். ஹிக்விட்டாவின் உதை அவரது தனித்துவத்தின் அடையாளம்.

கதையின் ஆரம்பத்தில் பாதர் கிர்கீஸ் ஒரு ஜெர்மானிய நாவலைப் பற்றிக் கேள்விப்படுகிறார். அது Peter Handke எழுதிய The Goalkeepers Fear of the Penalty. இதை விம் வொண்டர்ஸ் படமாக எடுத்திருக்கிறார். அந்த நாவலின் கதையைக் கேட்ட மாத்திரம் பாதர் கிவர்கீஸ் அதைப் படித்துவிட்டதைப் போல உணருகிறார். காரணம், அவருக்குக் கோல்கீப்பரின் உள்ளார்ந்த பயம் எத்தகையது என நன்றாகத் தெரியும். அது தனிமையில் உருவாகும் பயமில்லை. தன்னை நூறாயிரம் கண்கள் உற்று நோக்கிக் கொண்டிருக்கின்றன என்ற பயம். ஆட்டத்தின் விதி தனது காலடியில் இருக்கிறது என்ற பயம். தனது ஒரு உதை ஆட்டத்தை மாற்றிப்போட்டுவிடும் என்ற பதைபதைப்பிலிருந்து உருவாகும் பயம். அதையே பாதர் கிர்கீஸ் குறிப்பிடுகிறார்.

தனது சொந்த ஊரைவிட்டு தேவ ஊழியம் செய்வதற்காக டெல்லி வந்திருப்பவர் பாதர் கிர்கீஸ். அவருக்கு வேலை அதிகமில்லை. அவரது சபையில் உறுப்பினர்கள் குறைவு. எல்லாப் பாதிரிகளையும் போலவே அவரும் அன்பையும் சமாதானத்தையும் நம்புகிறார். போதிக்கிறார். ஜெபிக்கிறார். அதனால்தான் ஆரம்பத்தில் அவர் லூசி பற்றி அறிந்து கொள்ளும்போது ஆவேசம் அடைவதில்லை. ஆனால் அவரால் கண்முன்னே நடைபெறும் வன்கொடுமையைத்

தாங்கமுடியாமல் முடிவில் ஜாபரை ஓங்கி ஒரு உதைவிடுகிறார். அந்த உதை கால்பந்தாட்டத்தில் கோல் கீப்பர் தரும் உதையைப் போன்றது. ஆட்டத்தை முடிவுக்குக் கொண்டுவந்துவிடுகிறது.

கதையின் நாயகனாகப் பாதர் கிர்கீஸ் இருந்தாலும் லூசியே கதையின் மையம். அவள் ஜாபரால் ஏமாற்றப்பட்டு நகரத்திற்கு அழைத்து வரப்படுகிறாள். வேசைத்தனம் செய்ய வற்புறுத்தப்படுகிறாள். ஜாபரிடமிருந்து தப்பி வேறு வேலை செய்ய முயற்சிக்கிறாள்.

ஜாபர் அவள் முகத்தில் ஆசிட் அடித்துவிடுவேன் என்கிறான். வேறுவழியில்லாமல் ஜாபர் சொல்வதைக் கேட்க வேண்டிய நிலைமை ஏற்படுகிறது. அப்போதுதான் பாதர் கிர்கீஸ் தலையிடுகிறார். அதுவும் கூடப் போலீஸிற்குப் போகலாம் என்றுதான் சொல்கிறார். ஆனால் போலீஸிற்குப் போகப் பயமாக இருக்கிறது என அவள் மறுக்கவே, தானே அவளை அழைத்துக் கொண்டு ஜாபரிடம் போகிறார் பாதர் கிர்கீஸ்.

கால்பந்தாட்டத்தில் நடப்பது போலவே கதையின் முடிவு சரியான ஒரு உதையில் முடிகிறது.

சமீபத்தில் பிரேசில் கால்பந்து நாயகன் பீலே பற்றிய ஆங்கிலப் படத்தைப் பார்த்தேன். அதில் அவர் தனக்கென உருவாக்கிக்கொண்ட உதை முறையைக் கைக்கொள்கிறார். அது காட்டுமிராண்டித்தனமானது. ஆகவே அதைப் பிரயோகம் செய்யக்கூடாது எனத் தடுக்கிறார் கோச்.

ஆனால் அப்படி ஆடினால் மட்டுமே அது பீலேயின் ஆட்டம். இல்லா விட்டால் தன்னால் விளையாட முடியாது என நிரூபிக்கிறார் பீலே.

1958, 1962, 1970ம் ஆண்டுகளில் பிரேசில் உலகக் கோப்பையை வெல்ல முக்கியப் பங்காற்றியவர் பீலே. பிரேசில் அணிக்காக 77 கோல்கள் அடித்தவர் என்ற சிறப்பும் இவருக்கு உண்டு.

பீலேயின் உதை காரணமாகக் கோல் விழுந்தவுடன் அதே கோச் அவரை அழைத்து இதே முறையில் அடுத்த கோலைப் போடச் சொல்கிறார். அதுதான் உலகின் நடைமுறை. எந்த ஒன்றையும் யாரோ சுயமாக முயற்சிக்கும்போது அனுமதிக்காது. அதில் வெற்றி கிடைக்கிறது என்று தெரிந்த பிறகே அதை அனுமதிக்கும்.

கால்பந்தைப் போலவே திருச்சபையும் லத்தீன் அமெரிக்காவில் தனது மரபுகளை மீறி நேரடியாக மக்கள் போராட்டங்களிலும். களச் செயல்பாடுகளிலும் இறங்கியது. ஆயுதம் ஏந்திப் போரிடுவது வரை பாதிரிகள் செயல்பட்டார்கள். திருச்சபையே சமூக மாற்றத்திற்கான போராட்டத்தை முன்னெடுத்தது. பாதர் கிர்கீஸ் அந்த வழியைத்தான் இறுதியில் தேர்வு செய்கிறார். அவரது உதை அன்பு செலுத் துவது எல்லா நேரத்திலும் பயன்படாது என்பதையே காட்டுகிறது.

சத்யஜித் ரேயின் ஒரு திரைப்படத்தில் கால்பந்தாட்டம் முடிந்து ஒரு இளைஞன் திரும்பிப் போய்க்கொண்டிருப்பான். அவனிடம் யாரோ மணி என்னவென்று கேட்பார்கள். அவன் ஏதோ யோசனையோடு மோகன் பகான் ஏழு கோல்கள் என்று சொல்லிவிட்டுப் போவான். அந்த அளவு வங்காளிகள் கால்பந்தாட்டத்தில் ஊறிப் போனவர்கள். ஆனால் வங்க இலக்கியத்தில் கால்பந்து விளையாட்டு பற்றி யாரும் நாவல் எழுதியதாகத் தெரியவில்லை.

இக்கதையிலும் பீகாரின் ஆதிவாசிகள் ஏமாற்றப் படுவதைத்தான் எழுதியிருக்கிறார். ராஞ்சியில் இருந்து ரயிலேறி, கடுகு எண்ணெய் மணக்கும் ஸ்டேஷன்களைக் கடந்து, லூசி தில்லி அடைந்தாள் என்ற வரி முக்கியமானது. அந்தக் கடுகு எண்ணெய் வாசனையை நான் முழுமையாக அனுபவித்திருக்கிறேன். கடுகு எண்ணெயில் போட்டு எடுத்த பூரி, சமோசாவை சிறிய கிண்ணங்களில் ஏந்தி சாப்பிடுவார்கள். அந்த வாசனை ரயில் முழுவதும் அடிக்கும்.

லூசியின் முதல் பிரேசியரை — அதுவும் கருப்பு நிறத்தில் வாங்கித் தருகிறான் ஜாபர். இது அவள் மீது எவ்வளவு உரிமை செலுத்துகிறான் என்பதன் அடையாளம். மறுபக்கம் ஆதிவாசிப் பெண்களை நாகரீக உலகம் ஒப்பனை பொருட்கள், உள்ளாடைகள், கவர்ச்சியான காலணிகளைக் காட்டி எளிதாக ஏமாற்றிவிடுகிறது என்பதன் அடையாளம்.

லூசி வேசைத்தனம் செய்ய மறுக்கவே அவன் லூசியின் தலைமயிர் வகுத்த இடத்தில் எரியும் சிகரெட்டால் குங்குமப் பொட்டு வைக்கிறான். பின்னர் அவளுக்குத் திருமண வயது ஆகவில்லையென்றும், அவள் இப்போதும் சிறுமியென்றும் சொல்லி அதே சிகரெட் கொண்டு அவளுடைய உள்ளங்காலில் சுடுகிறான். லூசி அவற்றைச் சகித்துக் கொள்கிறாள்.

லூசியைப் பற்றி நினைத்தபடியே ஃபாதர் அன்றிரவு இத்தாலியில் நடக்கிற உலகக் கோப்பைக் கால்பந்து போட்டியினைக் காணுகிறார். அவர் விளையாட்டு ஆசிரியரின் மகன். பள்ளி நாட்களில் கோல் கீப்பராக இருந்தவர்.

ஒருமுறை கால்பந்து போட்டியில் வெற்றி பெற்றுத் திரும்பும்போது அவரது அப்பா சொல்கிறார்:

'நீயும் பாடு.'

அமைதியாயிருந்தார் கீவர்கீஸ்.

கண்களை உயர்த்தி அப்பா பரிவுடன் சொன்னார்.

'பயப்படாதே. நான் இப்போ உன் அப்பா இல்லை. பிடிமாஸ்டர்'

விளையாட்டு ஆசிரியரின் சந்தோஷம் தனது வீரர்கள் போட்டியில் வென்றது. இப்போது கீவர்கீஸ் அவரது பிள்ளையில்லை. கால் பந்தாட்டக்காரன்.

தந்தை மகன் என்ற உறவு மைதானத்திற்கு வெளியே மட்டுமே. மைதானத்தில் கீவர்கீஸ் ஒரு கோல் கீப்பர். அதுவும் கத்திரி வெட்டாகக் கோல் அடிக்கும் விளையாட்டுக்காரன்.

கீவர்கீஸ் பந்தயம் கட்டி நடக்கும் போட்டிகளில் ஆடுவது அவருக்குப் பிடிக்கவில்லை. இதே தன்மையைத்தான் பீலேயின் அப்பாவிடமும் படத்தில் காணமுடிகிறது.

தந்தையிடம் காட்டிய தவறுகளுக்குப் பிராயச்சித்தமாக கீவர்கீஸ் விளையாடுவதை நிறுத்துகிறார்.

உலகக்கோப்பை போட்டியைப் பார்க்கும் இரவுதான் கதையின் திருப்புமுனை. உலகக் கோப்பை விளையாட்டைப் பார்த்துக்கொண்டிருக்கும் போதும், பெனால்டி கிக்குக்காகக் காத்து நிற்கும் பலவித கோல்கீப்பர்கள் ஃபாதரின் மனதை விட்டு அகலவில்லை.

ஃபாதர் விளையாட்டைப் பார்க்கவில்லை. கோல்கீப்பர்களை மட்டுமே கவனித்துக்கொண்டிருந்தார். அப்போதே அவர் விளையாடத் தயாராகிவிடுகிறார். பந்து அவர் காலை நோக்கி வரவேண்டும். வந்தால் உதை நிச்சயம் என்பது தெரிந்துவிடுகிறது.

அவர் ஹிக்விட்டா போலப் பந்தைத் தேடிப்போகிறார். பந்தை உதைக்கிறார். ஆட்டம் முடிவடைகிறது.

எஸ்.ராமகிருஷ்ணன் ✶ 95

ஜாபரை இப்படித்தான் கையாள வேண்டும் என்பதை உலகக் கோப்பை ஆட்டம் தான் கற்றுத்தருகிறது. கால்பந்தாட்டம் என்பது வெறும் விளையாட்டில்லை. கலை. ஜேஜே சில குறிப்புகள் நாவலில் எழுத்தாளன், ஓவியன், கால்பந்து வீரன் எனப் பல முகம் கொண்டவனாக ஜேஜேயை சித்தரிக்கிறார் சுந்தர ராமசாமி. எழுத்தாளன், ஓவியனுடன் கால்பந்தாட்டக்காரன் இணைவதே அதன் தனித்துவம். கதையில் ஒரு இடத்தில் ஃபாதர் தனக்குத்தானே சொல்லிக்கொள்கிறார்: ‘பெனால்டி கிக் மூலம்தான் கோல் கீப்பர்களைப் பற்றி நன்கு அறிந்து கொள்ளமுடியும்.’

காரணம், அது தன்னை நிரூபித்தாக வேண்டிய தருணம். அது போன்ற நெருக்கடிகளில் தனது திறமையை முழுமையாக வெளிப்படுத்த வேண்டும். என்ன நடக்கும் என யாருக்குமே தெரியாது. பந்தைத் தடுத்துவிட்டால் உலகமே கொண்டாடும். தவறவிட்டால் உலகமே கோபம் கொள்ளும்.

ஹிக்விட்டா பெனால்டி கிக்கை எதிர்கொண்ட முறையை மாதவன் மிக அழகாக விளக்குகிறார்.

இரண்டு கைகளையும் காற்றில் வீசி, ஒரு ஆர்க்கெஸ்ட்ரா கண்டக்டர் மாதிரி, பிறைபோல் வளைந்து கிடக்கும் ஸ்டேடியத்தில் பார்வையாளருக்குக் கேட்கமுடியாத சங்கீதத்தின் உச்சஸ்தாயிகளை ஹிக்விட்டா சிருஷ்டித்தான். ஹிக்விட்டாவின் காலிலிருந்த பந்தை எதிராளி தட்டியெடுத்து ஆளற்ற போஸ்டில் கோல் அடித்து விட்டான், கொலம்பியா உலகக் கோப்பையிலிருந்து வெளியேற ஹிக்விட்டாவே காரணம். ஆனால் அதற்காக அவன் கலங்கவில்லை. மெதுவாகச் சிரித்துக்கொள்ள மட்டுமே செய்கிறான்

லூசியை அழைத்துக்கொண்டு புறப்படும்போதே பாதர் கீவர்கீஸ், சட்டையின் மேல் அணிந்திருந்த அங்கியையும் ஜெபமாலையையும் கழற்றிவிடுகிறார். அப்போதே முடிவு நமக்குத் தெரிந்துவிடுகிறது.

கீவர்கீஸ் காலை உயர்த்தி உதைத்தார். அகன்ற மார்பில் பந்தை ஏந்தித் தலையினால் முட்டினார். கால் உயர்ந்து அடுத்த அடி விழுந்தது. மீண்டும் மீண்டும், திரும்பவும் ஸ்லோமோஷனில் அடி தொடர்ந்தது. தரையில் விழுந்த ஜாபரின் மூக்கிலிருந்து ரத்தம் வழிந்தது. பெரிய எழுத்துகளில்

ஒக்ல ஹாமா என்று எழுதிய பனியனை சுருட்டிப் பிடித்துத் தூக்கி ஃபாதர் கீவர்கீஸ் கூறினார்: 'நாளை சூரியன் உதிக்கும் என்று உண்டென்றால் உன்னைத் தில்லியில் காணக்கூடாது.

கீவர்கீஸ் அமைதியாகத் திரும்புவதுடன் கதை முடிகிறது. அந்த அமைதி வெற்றிக்குப் பிறகான கோல்கீப்பரின் அமைதி எனப் புரிந்து கொள்ள முடிகிறது.

உங்கள் எல்லைகளுக்குள் நின்று எல்லாவற்றையும் சந்தித்துவிட முடியாது. சில நேரம் முன்னே போய்ப் பந்தை எதிர்கொள்ளவும் உதைக்கவும் வேண்டியதிருக்கிறது. அது சரியா தவறா என யோசிக்க வேண்டியதில்லை. எவர் துணிவோடு அதைச் செய்கிறார்களே அவர்களே வெற்றி பெறுகிறார்கள்.

அதைத்தான் ஹிக்விட்டா நினைவுபடுத்துகிறது.

பாணிக்ராஹியின் மண் உருவங்கள்

சாகித்ய அகாதமி வெளியிட்டுள்ள இந்திய நாவல் வரிசையில் மிக முக்கியமானது காளீந்திசரண் பாணிக்ராஹி எழுதிய 'மண் பொம்மை' — இதனை தமிழாக்கம் செய்திருப்பவர் ரா. வீழிநாதன்.

குடும்பப் பிரிவினையை முன்வைத்து நிறைய நாவல்கள் இந்தியாவில் எழுதப்பட்டுள்ளன. திரைப் படங்கள் வெளியாகியுள்ளன. எவ்வளவு எழுதினாலும் பேசினாலும் புரிந்து கொள்ள முடியாத சிக்கல்களும் சிடுக்குகளும் கொண்டது குடும்ப உறவுகள். யார் எப்போது எதன் பொருட்டு முரண்படுவார்கள். சண்டையிட்டுப் பிரிந்து போவார்கள் என்று கணிக்கவே முடியாது.

சில ஆண்டுகளுக்கு முன்பாக ஒரு இரவில் கன்னடப்படம் ஒன்றைத் தொலைக்காட்சியில் பார்த்தேன். மகாபாரதம் பற்றிய படம். அதில் குருசேத்திரப் போர் முடிந்த பிறகு பாண்டவர்கள் அரியணை ஏறி ஆட்சி செய்ய ஆரம்பிக்கிறார்கள். ஐந்து பேரும் அம்மாவைத் தன்னோடு கூட வைத்துக் கொள்ள வேண்டும் என்று நினைக்கிறார்கள்.

ஆனால் கிருஷ்ணன் மூத்த மகன் வீட்டில் அவள் இருப்பதே சரி என ஆலோசனை தருகிறான். அதன்படி குந்தி யுதிஷ்டிரனுடன்

போய் வசிக்கிறாள். உடனே கிருஷ்ணன் நகுல சகாதேவர்களைச் சந்தித்து, அம்மா இல்லாத உங்களுடன் குந்தி வசிப்பதே சரி என்று ஆலோசனை சொல்கிறான். அவர்கள் அம்மாவைத் தன்னோடு வந்திருக்கும்படி அழைக்கிறார்கள்.

மறுக்கமுடியாதபடி குந்தியும் அவர்கள் வீட்டிற்குப் போகிறாள். இதைக் கண்ட கிருஷ்ணன் பீமனைத் தேடிப்போய் உன் அம்மா விஷயத்தில் உனக்கு உரிமையே கிடையாது. உன் தம்பிகள் அவளை வைத்து காப்பாற்றுகிறார்கள். நீ போய் அவளை உரிமையாக அழைத்துக்கொண்டுவந்துவிடு என்கிறான். பீமனும் உடனே ஆவேசமாக நகுலன் வீட்டிற்குப் போய்த் தன் அம்மாவை அழைத்துக்கொண்டு வந்துவிடுகிறான். இதை அறிந்த அர்ஜுனன் அம்மா தன்னோடுதான் உடனிருந்து வாழ வேண்டும் என்று பிரச்சினையை எழுப்புகிறான்.

ஏன் இப்படித் தன் பிள்ளைகள் ஒருவருக்கொருவர் அடித்துக் கொள்கிறார்கள் என்று குந்தி அழுகிறாள். அப்போது அங்கே வரும் கிருஷ்ணன் உன் பிள்ளைகளுக்குள் சண்டையே வராது என்றாயே. பார்த்தாயா? உன் பொருட்டே அவர்கள் அடித்துக் கொள்கிறார்கள் என்று சொல்லி சிரிக்கிறார்.

குந்தி உடனே கிருஷ்ணனைக் கோவித்துக்கொள்ள கிருஷ்ணன் பாண்டவர்களை அழைத்து ஐந்து பேரும் ஒன்றாக வாழுங்கள் என அறிவுரை சொல்வதாகப் படம் முடிவடைகிறது.

குடும்பச் சண்டைகள் துவங்க சிறுகாரணம் போதும் என்பதை அழகாக இப்படம் சுட்டிக்காட்டுகிறது. இந்தியா முழுவதும் இதே போன்றே உறவுகள் இருக்கின்றன.

கரிசல் இலக்கியத்தின் பிதாமகர் கி.ராஜநாராயணன் தனது சிறுகதைகளில் குடும்பப் பிரிவு பற்றி அழுத்தமாக எழுதியிருக்கிறார். குறிப்பாக, அவரது காய்ச்சமரம் சிறுகதை இந்தியக் குடும்பத்தில் பாகம் பிரிப்பது எவ்வளவு மோசமான விளைவை உருவாக்கும் என்பதை அழுத்தமாகச் சுட்டிக்காட்டுகிறது. சிறந்த இந்திய சிறுகதைகளில் ஒன்றாகவே அதைக்கருதுவேன். அக்கதை பேசும் அதே விஷயத்தைத்தான் காளீந்திசரண் பாணிக்ராஹியும் நாவலாக எழுதியிருக்கிறார்.

தமிழகமும் ஒரிசாவும் நிலவியல் ரீதியாகவும் பண்பாட்டு ரீதியாகவும் மிக நெருக்கமான மாநிலங்கள். குறிப்பாக, கோவில் சார் கலைகள். இசை, நாடகம் போன்றவற்றில் இரண்டிற்கும் மிகவும் நெருக்கமிருக்கின்றன. இது போலவே

அவர்களின் உணவுமுறையும். வயலும் விவசாயமுமே ஒரிசாவின் அடையாளம். தமிழகம் போலவே அரிசி உணவை விரும்பிச் சாப்பிடுகிறவர்கள். ஆகவே பாணிக்ராஹியின் நாவலை வாசிக்கும் போது தமிழ் நாவலைப் படிப்பதைப் போலவேயிருக்கிறது.

காளீந்தி சரண் சிறந்த கவிஞர். நாடகாசிரியர். நாவலாசிரியர். தாகூரின் பாதிப்பில் எழுத வந்தவர். இவரது சகோதரர் பாக்பதி சரண் பாணிக்ராஹி இடது சாரி இயக்கங்களில் தீவிரமாகச் செயல் பட்டவர். ஆகவே இரண்டின் பாதிப்பும் காளீந்தியிடம் காணப்பட்டது., காந்தியின் செயல்பாட்டில் தீவிர பற்றுக் கொண்டிருந்த காளீந்தி தன் வாழ்நாள் முழுவதும் காந்திய வழியில்தான் செயல்பட்டார். இவரது மண் பொம்மையும் காந்தியத்தின் அடையாளமே. பத்மபூஷண் விருது உள்ளிட்ட பல்வேறு முக்கிய விருதுகளைப் பெற்றிருக்கிறார் காளீந்திசரண்.

காளீந்திசரண் பாணிக்ராஹியின் மகள் நந்தினி சத்பதி ஒரிசா மாநில முதலமைச்சராக இருந்தவர் என்பது குறிப்பிடத்தக்கது.

ஒரிசாவின், பதான்படா என்ற கிராமத்தில் வசிக்கும் சாம்பதானுக்கும் இரண்டு மகன்கள். பர்ஜு மற்றும் சக்டி. இருவரும் கூட்டுக் குடும்பமாகவே வாழ்கிறார்கள். கடுமையாக உழைத்து விவசாயம் செய்கிறார்கள் சாம்பதான் இறந்ததும் அண்ணன் தம்பிகளுக்கு இடையே விரிசல் விடத் துவங்குகிறது.

இதற்கு முக்கியக் காரணமாக இருப்பவர்கள் பெண்கள். அண்ணன் மனைவிக்கும் தம்பி மனைவிக்கும் பிடிக்காது. அவர்கள் சண்டையிட்டுக்கொண்டேயிருக்கிறார்கள். யார் வீட்டில் சமைப்பது. பராமரிப்புச் செய்வது. விவசாய வேலைகளில் உதவி செய்வது என்பதில் சண்டையிட்டுக்கொள்கிறார்கள். அந்தப் பிரச்சனைகளை அண்ணன் தம்பி பெரிதாகக் கருதவேயில்லை.

அப்பாவின் சொத்துகள் முழுவதும் அண்ணன் பர்ஜாவிடமே. இருக்கிறது. அவன் கடுமையான உழைப்பாளி. தம்பி அதிகம் சிரமப்பட வேண்டாம் என்று அவனாகவே ஓடியோடி உழைக்கிறான். தம்பி குடும்பத்தைத் தன்னுடைய குடும்பமாகவே கருதுகிறான்.

இதன் இடையில் பர்ஜுவின் மூத்த மகளின் திருமணம் நடக்கிறது. நிறையச் செலவாகிறது. அதைத் தம்பி மனைவி குத்திக்காட்டுகிறாள். தம்பியும் தன் பணத்தை எடுத்து அண்ணன் ஊதாரிபோலச் செலவு செய்வதாகக் கருதுகிறான்.

ஆனால் இதைப்பற்றி அண்ணனிடம் கேட்க தயங்குகிறான். சக்டியின் பலவீனத்தை அறிந்து கொண்ட வட்டிக்குப் பணம் தரும் பிராமணன் மிச்ரஜி உன் அண்ணன் உன்னை நன்றாக ஏமாற்றுகிறான் என்று தூண்டிவிடுகிறான்.

வேறுவழியின்றித் தன் அண்ணனிடம் சென்று தனக்கு விவசாயத்தில் நாட்டமில்லை, கடை வைக்கப்போகிறேன் என்று பணம் கேட்கிறான் தம்பி. அண்ணனும் தன்னிடமிருந்த பணத்தைத் தந்து கடை வைக்க உதவி செய்கிறான். கூடுதலாக விளைச்சலில் பங்கு தருவதாகவும் ஒத்துக்கொள்கிறான்.

தந்தை உயிரோடு இருக்கும்போது தன்னை அழைத்துத் தம்பி தவறு செய்தாலும் மன்னித்துவிட்டுக் கொடுக்க வேண்டியது அவனது கடமை என்று அறிவுறுத்திய காரணத்தால் பர்ஜூ தம்பியை கோவித்துக்கொள்வதேயில்லை.

தம்பிக்குத் திறமையில்லை என்பதால் எளிதாக ஏமாற்றப்படுகிறான். கடை நஷ்டம் அடைகிறது. அண்ணனிடம் அவன் பாகம் பிரிக்க வேண்டும் என்று வற்புறுத்த ஆரம்பிக்கிறான்.

அது மட்டும் தன்னால் இயலாது. சொத்தைப் பிரிக்கக் கூடாது. வீட்டுக்குள் சுவர் எழும்பி தனித்தனியே ஆகக்கூடாது என அப்பா சத்தியம் வாங்கியிருக்கிறார் என்று மறுக்கிறான்.

ஆனால் தம்பி இதை ஏற்றுக்கொள்ளவில்லை. சண்டை மூளவே அண்ணன் ஒரு முடிவு எடுக்கிறான். தம்பியை அழைத்துச் சொத்துகள் முழுவதையும் நீயே வைத்துக்கொள். நாங்கள் நகரத்திற்குப் போய்ப் பிழைத்துக் கொள்கிறோம் எனக் கல்கத்தாவிற்குக் கிளம்புகிறான்.

இதைத் தம்பி எதிர்ப்பார்க்கவேயில்லை. ஆகவே தடுமாற்றம் கொள்கிறான்.

சொத்தை அண்ணன் முழுமையாக விட்டுக் கொடுத்தது தம்பியின் மனசாட்சியை உலுக்குகிறது. அவன் அண்ணனை நினைத்து வருந்துகிறான்.

சொன்னபடியே வீடு, நிலம், மாடுகள் எல்லாவற்றையும் தம்பியிடம் ஒப்படைத்துவிட்டு அண்ணன் பிழைப்பு தேடிக் கிளம்புகிறான். ஆனால் என்ன செய்வது, பிள்ளை குட்டிகளை வைத்துக் கொண்டு எப்படிப் பிழைப்பது என அவனுக்குக் குழப்பமாகவே இருக்கிறது

தம்பி சந்தோஷமாக வாழட்டும் என்று சொத்தை முழுமையாகக் கொடுத்துவிட்ட திருப்தி மட்டுமே அவனிடம் இருக்கிறது

அண்ணனின் பெருந்தன்மையை உணரும் தம்பி இரவில் அவனைத்தேடிக் கிளம்பி செல்கிறா. பயண வழியில் அண்ணனைச் சந்தித்து நானும் உன்னுடன் பிழைப்பு தேடி வருகிறேன். சொத்துகள் எனக்கு வேண்டாம் என்று மன்றாடுகிறான். பிரிந்த இருவரும் ஒன்று சேர்கிறார்கள். அண்ணன் தம்பியைச் செல்லமாகக் கடிந்து கொள்வதுடன் நாவல் நிறைவு தருகிறது.

ராம லட்சுமணர் போல வாழுங்கள் என்று சகோதரர்களை வாழ்த்து முறை கிராமப்புறங்களில் இருக்கிறது. இக்கதையில் வரும் பர்ஜூராமனைப் போலவே நடந்து கொள்கிறான். பழைய இந்தியக் குடும்பங்கள் இப்படித்தானிருந்தன. உறவுகள் பிரிந்துவிடக் கூடாது என்பதில் கவனமாக இருந்தார்கள் என்பதைக் காளீசரண் நாவல் வழியாக உள்வாங்கிக்கொள்ள முடிகிறது.

குடும்பப் பிரச்சினைகளுக்குக் காரணமாக அமைவது வீட்டு விசேசங்களே என்பதை இந்நாவல் படிக்கும்போது நன்றாக உணர முடிகிறது. ஒருவரது சந்தோஷம் மற்றவருக்குப் பொறாமையை ஏற்படுத்தவே செய்கிறது. அது அண்ணன் தம்பியாக இருந்தாலும் தவிர்க்கமுடியாது போலும். அண்ணன் மகள் திருமணத்தினைச் சக்டி வெறுக்கிறான். இவ்வளவிற்கும் சக்டி பிள்ளைகளைத் தன் பிள்ளைகள் போல நேசிக்கிறான் பர்ஜூ.

சக்கடியால் நேரடியாக அண்ணனைக் குற்றம் சாட்டவோ கேள்வி கேட்கவே முடியாது. அதை அறிந்து கொள்ளும் அவனது மனைவி மெல்ல உறவில் கசப்பை உருவாக்குகிறாள். கூட்டுக்குடும்பம் ஆண்களுக்கு அளித்த சௌகரியங்கள் எதையும் பெண்களுக்கு அளிக்கவில்லை. அதில் பெண் அடையாளமற்றவளாக, வேலைக்காரியாகவே தன்னைக் கருதுகிறாள். அவள் தனக்கான குடும்பம் ஒன்றை உருவாக்க முனைகிறாள். அதற்காகவே சக்டியை அவள் தூண்டுகிறாள்.

சக்டி விரும்பியது பாகம் பிரிக்க வேண்டும் என்பதே. அவன் அண்ணன் மொத்த சொத்தையும் தன்னிடம் விட்டுப் போய்விடுவான் என நினைத்துக்கூடப் பார்க்கவில்லை. பின்பு ஏன் அப்படிப் பர்ஜூ நடந்து கொள்கிறான்? சொத்துகளைப் பிரித்துச் சண்டையிட்டுக் கொள்வதை விடவும் ஒருவராவது

முழுமையாக அனுபவித்துக் கொள்ளட்டும் என அவன் நினைக்கிறான். இதுதான் அவனது தந்தையின் ஆசை. கனவு. அதை மகன் நிறைவேற்றுகிறான். ஆகவே அவன் பிழைப்பு தேடி நகருக்குப் போகக் கிளம்புகிறான்.

ஒருவேளை அவன் சொத்தைப் பிரிக்கமுடியாது எனச் சண்டையிட்டு இருந்தால் அந்தக் குடும்பம் உடைந்து சிதறியிருக்கும். சரிபாதியாகப் பிரித்துக் கொடுத்திருந்தாலும் பிரச்சனை தீர்ந்திருக்காது. தனக்கு உரியவை கிடைக்கவில்லை என்று சக்கடி குற்றம் சொல்லிக் கொண்டுதான் இருப்பான். ஆனால் மொத்த சொத்தையும் விட்டுத்தருவதன் வழியே பிர்ஜூ இந்திய சமூகத்தின் மரபான அறத்தை காப்பாற்றும் மனிதனாக உருமாறுகிறான்

சக்டி மனம் மாறுவான் என அவன் நினைக்கவில்லை. நிஜத்தில் சக்டி போன்றவர்கள் உடனே மனம் மாறுவதுமில்லை. எழுத்தாளனின் கற்பனை என்பதால் உடனே சக்டி மனம் மாறிவிடுகிறான். அத்துடன் அண்ணனை தேடிப் போய்த் தானும் பிழைப்பு தேடி உடன் வருவதாகச் சொல்கிறான். அந்தச் சொல்லின் வழியே தன்னை மறுபடியும் அண்ணன் வசம் ஒப்படைத்துக்கொள்கிறான் தம்பி. உறவு மீண்டும் துளிர்த்துவிடுகிறது. அண்ணன் செல்லமாகக் கோவித்துக்கொள்வதுடன் நாவல் நிறைவு பெறுகிறது.

மண்மனிதர்கள் என்ற தலைப்பை மண் பொம்மை என மாற்றி அமைத்திருக்கிறார் விழிநாதன். பாணிக்ராஹி நாம் மண்ணிலிருந்து உருவானவர்கள். எளிதில் உடைந்துவிடக்கூடியவர்கள். கவனமாகக் கையாண்டால் மட்டுமே பொம்மை காப்பாற்றப்படும் என்ற எண்ணத்தில் தலைப்புக் கொடுத்திருக்கிறார். இன்னொரு தளத்தில் நம் விருப்பம் இன்றி ஆட்டுவிக்கபடும் பொம்மைகளே நாம். யாரோ எதற்கோ நம்மை ஆட்டுவிக்கிறார்கள் என்றே நான் இதைப் புரிந்து கொண்டேன்.

1931ல் வெளியான இந்நாவலை ஒரிய இலக்கியத்தின் முதல் நவீன நாவல் என்று அழைக்கிறார்கள். 1966ம் ஆண்டு இந்நாவலை வங்கத்தின் பிரபல இயக்குனர் மிருணாள் சென் திரைப்படமாக்கினார் Manira Manisha என்ற அப்படம் சிறந்த ஒரிய மொழிப்படமாக தேசிய விருது பெற்றது.

கூட்டுக்குடும்பம் குறித்து பாணிக்ராஹியின் நாவல் வெளியாகி எண்பது ஆண்டுகளுக்குப் பிறகு வெளியாகிறது

மஞ்சு கபூரின் ஹோம் என்ற நாவல். ஆங்கிலத்தில் எழுதப்பட்டுள்ள இந்நாவலும் கூட்டுக்குடும்ப வாழ்க்கையை அதன் தனித்த இயல்புகளையே விவரிக்கிறது. லாகூரிலிருந்து டெல்லிக்கு ஜவுளி விற்றுப் பிழைக்க வரும் குடும்பம் ஒன்றின் மூன்று தலைமுறை கதையை விவரிக்கிறது இந்நாவல். உறவுகளுக்குள் ஏற்படும் சண்டையும் பிரச்சனைகளும் ஒன்று போலவே தொடர்வதை இரண்டு நாவல்களும் அடையாளப்படுத்துகின்றன.

இந்திய நாவல்கள் ஒருபக்கம் பின்நவீனத்துவக் கதையாடலுக்கு நகர்வு கொண்டிருக்கும் அதே சமயம் பிரிந்த உறவுகளையும் தலைமுறைகளின் கதைகளையும் சொல்லும் நவீன நாவல்கள் தொடர்ந்து வெளிவந்தபடியே தானிருக்கின்றன. அதற்கான வாசகர் உலகம் தொடரவே செய்கிறது.

தமிழகத்தைப் போலவே ஒரிசாவிலும் இந்தத் தலைமுறைக்கு பாணிக்ராஹியை போன்ற எழுத்தாளர்கள் பற்றி எதுவுமே தெரியவில்லை என்பதே நிஜம். ஊடக வளர்ச்சியால் வாசிப்பு குறைந்து வருவது இந்தியா முழுவதும் ஒன்றுபோலவேயிருக்கிறது.

தமிழில் மண் பொம்மை நாவல் மொழியாக்கம் செய்யப்பட்டு ஐம்பது ஆண்டுகளுக்கும் மேலாகிறது. இதுவரை அதைப்பற்றி இரண்டே கட்டுரைகள் தான் வெளியாகியிருக்கின்றன.

மார்க்வெஸ், பாமுக், முரகாமி, பொலானோ, லோசா எனச் சர்வதேச இலக்கியத்தைத் தமிழுக்கு அறிமுகம் செய்யவும் அது குறித்துப் பேசவும் இலக்கியச் சூழலில் இடம் இருக்கிறது. தொடர்ந்து மொழியாக்கங்கள் வெளியாகவே செய்கின்றன. அண்டை மாநிலத்தில் என்ன எழுதப்படுகிறது. அவர்களின் இலக்கியச் செயல்பாடுகள் எவ்வாறுள்ளன என்பதைத் தான் நாம் அறிந்துகொள்ள முடியவில்லை. சர்வதேச இலக்கியம் போலவே சமகால இந்திய இலக்கியமும் தமிழுக்கு வந்து சேர வேண்டும்.

இந்திய இலக்கியத்திற்குப் பங்களிப்பு செய்த மகத்தான படைப்பாளிகள் குறித்துத் தொடர்ந்து பேசவும் கொண்டாடவும் வேண்டியது நமது கடமை என்றே கருதுகிறேன்.